पैसा ध्येय नव्हे मार्ग आहे

A Happy Thoughts Initia

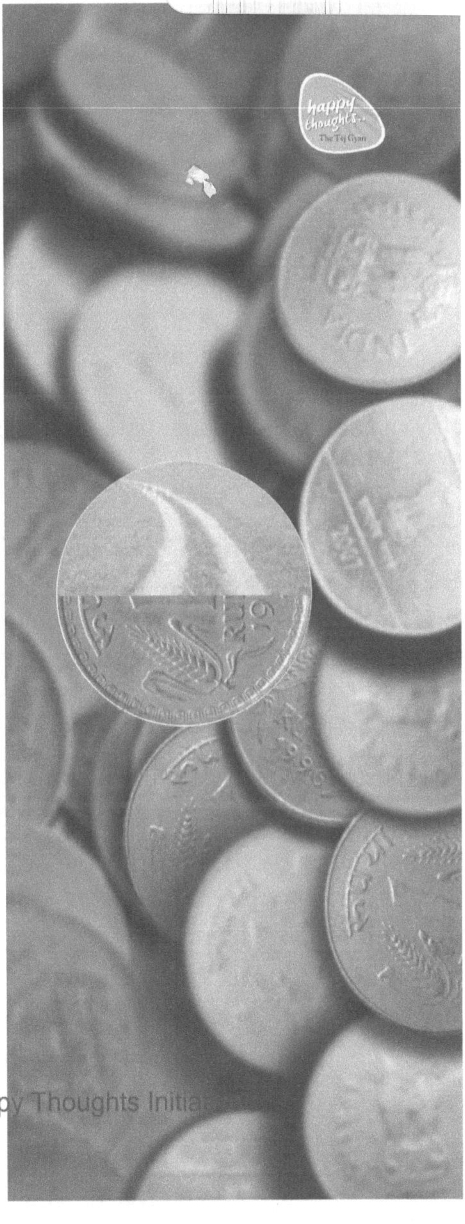

पैसा ध्येय नव्हे मार्ग आहे

© Tejgyan Global Foundation

All Rights Reserved 2010.
Tejgyan Global Foundation is a charitable organization with its headquarters in Pune, India.

सर्वाधिकार सुरक्षित
'वॉव पब्लिशिंग्ज् प्रा. लि.'द्वारे प्रकाशित हे पुस्तक अशा अटीवर विकण्यात येत आहे की प्रकाशकाच्या लेखी पूर्वअनुमतीविना ते व्यापाराच्या दृष्टीने अथवा अन्य प्रकारे उसने, भाड्याने अथवा विकत अन्य कोणत्याही प्रकारच्या बांधणीत अथवा अन्य मुखपृष्ठासह देता येणार नाही. तसेच अशाच प्रकारच्या अटी नंतरच्या ग्राहकावर बंधनकारक न करता आणि वर उल्लेखिलेल्या कॉपीराइटपुरत्या मर्यादित न ठेवता या पुस्तकाच्या कोणत्याही स्वरूपाच्या विनिमयास, तसेच कॉपीराइटधारक व वर उल्लेखिलेले प्रकाशक दोघांच्याही लेखी पूर्वअनुमतीविना इलेक्ट्रॉनिक, मेकॅनिकल, फोटोकॉपी, रेकॉर्डिंग इत्यादी प्रकारे या पुस्तकाचा कोणताही अंश पुनःप्रस्तुत करण्यास, जवळ बाळगण्यास अथवा सुधारित स्वरूपात प्रस्तुत करण्यास मनाई आहे.

प्रकाशक : वॉव पब्लिशिंग्ज् प्रा. लि., पुणे

प्रथम आवृत्ती : डिसेंबर २०१५
पुनर्मुद्रण : सप्टेंबर २०१६, जानेवारी २०१८
पुनर्मुद्रण : नोव्हेंबर २०१९

ISBN : 978-81-8415-204-3

(सदर पुस्तकाच्या तेजज्ञान ग्लोबल फाउंडेशनद्वारे ५ आवृत्त्या प्रकाशित झाल्या आहेत.)

'पैसा-रास्ता है मंज़िल नहीं' या मूळ हिंदी पुस्तकाचा मराठी अनुवाद.

Paisa Dheya Nhave Marga Aahe
By **Tejgyan Global Foundation**

अनुक्रमणिका

भाग १	पैशाच्या दुष्चक्राला समृद्धीचक्र बनवा	
	खरे श्रीमंत कसे व्हाल	९
भाग २	पैसा हवा की समज	
	किरकोळ खर्चाप्रती जागरूक राहा	१२
भाग ३	पैशाला योग्य दिशा देऊन समृद्ध व्हा	
	मनी किलर्सपासून स्वतःचा बचाव करा	१७
भाग ४	पैशाची भाषा, परिभाषा	
	मंदी की चांदी	२२
भाग ५	पैशाबाबत तीन प्रकारचे भ्रम	
	ना भगवान ना सैतान	२५
भाग ६	पैशाबाबत तेरा मान्यता	
	पैसा आणि अध्यात्म	२८
भाग ७	पैसा ही आवश्यकता असावी, इच्छा नव्हे	
	आ की इ	३३
भाग ८	पैसा प्रवाही असावा	
	एका हातानं द्या, दुसऱ्या हातानं घ्या	३७
भाग ९	पैशाचे स्वामी बना, रखवालदार नको	
	जीवनाचा धनी कोण	४०
भाग १०	पैशाच्या मार्गात अडथळे निर्माण करू नका	
	रक्त आणि पैसा	४४

भाग ११	पैसा कमावण्याचं योग्य ध्येय ठरवा	
	ध्येय गाठण्याची चार पावलं	४८
भाग १२	काय गेलं हे न बघता काय मिळालं ते पाहा	
	पैशाबाबत नकारात्मक दृष्टीकोन ठेवू नका	५०
भाग १३	योग्य विचारांचा अभाव	
	आसक्तीची भावना हीच खरी समस्या	५२
भाग १४	मौल्यवान दौलत प्राप्त करा	
	आपली क्षमता वाढवा	५७
भाग १५	पैशाच्या मंत्राचा उपयोग करा	
	बचत करण्याची सवय लावून घ्या	६२
भाग १६	पैशाची जोपासना करा	
	जादूची पेटी बनवा	६५
भाग १७	धनिकांबद्दल मत्सर, द्वेष नको	
	पैशाचा आदर करा	६८
भाग १८	पैशाचा उपयोग आरोग्यासाठी, आनंदवृद्धीसाठी करा	
	पैशाचा अहंकार बाळगू नका	७१
भाग १९	तुलना व निरर्थक धावणं सोडा	
	लक्ष्मीची प्रार्थना करा	७४
भाग २०	धन, दौलत, समाधान मिळवा	
	दान करा, श्रद्धेचं बीज पेरा	७७
भाग २१	वेळ हादेखील पैसाच असतो	
	कामाचं योग्य नियोजन	८५
भाग २२	समृद्धीचे नियम	
	समृद्धीचा साहाय्यक	८८
भाग २३	खरी दौलत मिळवा	
	समृद्धीचं सूत्र	९२

भाग २४	कंजुसीतून मुक्ती	
	मुबलकतेशी युक्ती	९६
भाग २५	जे हवंय, त्याकडेच लक्ष द्या!	
	श्रीमंतीचं आंतरिक रहस्य	१०४

परिशिष्ट

भाग २६	तेजसंसारी बना	
	गुण आणि ज्ञान वाढवा	११३
भाग २७	प्रार्थना	११७
भाग २८	मान्यता	११८
भाग २९	बचत योजना	११९
भाग ३०	योग्यता	१२०
भाग ३१	अडथळे (ब्लॉक्स्)	१२१
भाग ३२	श्रद्धेचं बीज	१२२

प्रस्तावना

भाग - १

पैशाच्या दुष्टचक्राला समृद्धीचक्र बनवा

खरे श्रीमंत कसे व्हाल

पैशाच्या दुष्टचक्राला समृद्धीचक्र बनवा
लक्ष्मी ध्येय नसून; सत्यनारायणी आहे
समज असेल, तर पैसा वरदान आहे,
अन्यथा अभिशाप आहे.
पैसा वरदान असेल, तर जीवन योग आहे.
पैसा अभिशाप असेल, तर जीवन रोग आहे.

एका गावात मणिराम नावाचा माणूस सुखाने राहत होता. दिवसाची सुरुवातच तो गरमागरम चहाच्या एका कपाने करून दिवसभर खूश असायचा.

एक दिवस त्याला चहाबरोबर बिस्किटे खाण्याची इच्छा झाली, पण त्यानंतर तो रोजच सकाळच्या चहासोबत बिस्किटाचा आस्वाद घेऊ लागला. काही महिने असेच गेले आणि एक दिवस अचानक त्याला पैशांची चणचण जाणवायला लागली. मग मणिराम जास्त पैसा कमावण्यासाठी अधिक मेहनत करायला लागला. जसजसं त्याचं उत्पन्न वाढून खूप पैसा हातात यायला लागला, तसतसं मणिराम चहाबरोबर आता बिस्किटांऐवजी टोस्ट आणि सँडविच खायला लागला.

काही महिन्यांनंतर पुन्हा तेच घडलं. 'पुन्हा ये रे माझ्या मागल्या?' परत मागच्यासारखं दुष्टचक्र सुरू झालं. चहाबरोबर रोज टोस्ट आणि सँडविच खाण्यामुळे,

मणिरामला काही दिवसांनी पुन्हा पैशांची चणचण भासू लागली. तसा त्यानं आणखी कमाई करण्याचा मार्ग शोधायला सुरुवात केली. तो मार्ग सापडल्यावर, सकाळच्या नाश्त्यामध्ये आता चहाबरोबर, ऑम्लेट, लोणी आणि केकचाही समावेश झाला.

आता कमाई तर वाढली, त्याचबरोबर चिभेचे चोचले पुरविण्याची ही मालिकाही पुढे अशीच चालत राहिली. त्याचा परिणाम मात्र मणिरामच्या आरोग्यावर झाला. त्यानंतर कमाई कमी झाली, पण सुखाची लालसा मात्र वाढत राहिली. आता आरोग्य ढासळल्यामुळे मणिराम पूर्वीसारखा राहिला नाही.

एका मोठ्या समस्येचं मूळ या छोट्याशा गोष्टीत होतं. शिवाय असं आज प्रत्येक गावात आणि शहराच्या प्रत्येक गल्लोगल्लीत घडतंय. यातून पैशाची समस्या हळूहळू कशी वाढत जाते आणि इच्छांना अंत कसा नसतो, या दोन गोष्टी आपण नीट लक्षात घ्यायला हव्यात. यालाच पैसा आणि इच्छांचं दुष्टचक्र म्हणतात.

आपणही याच दुष्टचक्रामध्ये तर अडकत नाही ना? या दुष्टचक्रामुळे आपल्याजवळ असलेली लक्ष्मी आपल्यावर नाराज तर होत नाही ना? लक्ष्मीला प्रसन्न करून घेण्याकरिता आपण काय करायला हवं? आपण लक्ष्मीला आपलं ध्येय न बनवता सत्यनारायणी कसं बनवावं? या प्रश्नांची उत्तरं या पुस्तकाद्वारे मिळवून, आपल्याला पैसा आणि इच्छांचं दुष्टचक्र भेदून समृद्धीच्या चक्रामध्ये प्रवेश करण्याची कला अवगत करायची आहे.

मणिरामची गोष्ट असो, की लक्ष्मी–मुदेवीची, या पुस्तकातील प्रत्येक गोष्ट आपल्याला समृद्धीचं रहस्य समजून सांगण्याकरिता लिहिली गेलीय. योग्य जागी आणि योग्य संदर्भात सादर केलेल्या, सोप्या आणि काल्पनिक गोष्टीदेखील आपल्याला सत्याचा साक्षात्कार घडवू शकतात. तुमच्या मनात लक्ष्मी आणि मुदेवीविषयी उत्सुकता जागृत झाली आहे का? चला तर मग, आधी ती गोष्ट वाचा. त्यानंतर पुढच्या गोष्टी पाहू या.

एक दिवस लक्ष्मी (धनदौलतीची देवता) आणि मुदेवी (गरिबीची, निर्धनतेची देवता) या दोघींमध्ये 'आपल्यापैकी श्रेष्ठ कोण' यावर चर्चा चालली होती. चर्चेमध्ये दोघीही आपापल्या गुणांचं वर्णन करत होत्या, पण काही केल्या निर्णय होईना.

आता त्यांनी ठरवलं, की ब्रह्मदेवालाच जाऊन या प्रश्नाचं उत्तर विचारू या. त्याप्रमाणे दोघीही ब्रह्मदेवाकडे गेल्या. त्यांचा प्रश्न ऐकून ब्रह्मदेव थोडा वेळ विचार

करून म्हणाले, 'तुम्ही भगवान विष्णूंना हा प्रश्न विचारा.' मग त्या दोघी श्रीविष्णूंकडे गेल्या. प्रश्नाची जटिलता लक्षात येऊन विष्णूंनी त्यांना सांगितलं, 'तुम्ही शंकराकडे जा. ते याचं उत्तर नक्की देऊ शकतील.'

ही समस्या अतिशय गंभीर आहे, हे शंकराला माहीत होतं. एकीला श्रेष्ठ ठरवलं, तर दुसरी नाराज होणार हे उघडच होतं. त्यांना वाईट वाटायला नको, या हेतूनं त्यांनी दोघींना नारदमुनींकडे जाण्यास सांगितलं.

मग दोघी बहिणी नारदाकडे गेल्या. नारद चतुराईनं त्यांच्या प्रश्नाचं उत्तर देण्याचं टाळत त्यांना म्हणाला, 'अमक्या एका गावात, एक विद्वान पंडित आहे, तो याचं उत्तर तुम्हाला निश्चित देईल, तुम्ही दोघी त्याच्याकडे जा.'

आता लक्ष्मी आणि मुदेवी त्या पंडिताकडे आल्या. प्रश्न ऐकल्यानंतर तो जरा विचारात पडला. नंतर त्यांना म्हणाला, 'समोर जे पिंपळाचं झाड आहे, त्याच्याखाली जाऊन उभ्या राहा.' दोघींनी पंडिताच्या सांगण्याप्रमाणे केलं. मग पंडितानं पुन्हा त्यांना आपल्याजवळ बोलावलं.

लक्ष्मी येताना चांगली दिसते आणि गरिबी जाताना चांगली दिसते.

तेव्हा पंडित त्यांच्या प्रश्नाचं उत्तर देत म्हणाला, 'लक्ष्मी समोरून येताना चांगली दिसते, तर निर्धनतेची देवी पाठमोरी, म्हणजेच जाताना चांगली दिसते.'

या प्रश्नाचं, यापेक्षा चांगलं उत्तर असूच शकत नाही. पण आता प्रश्न असा आहे, की आपण लक्ष्मीला आपल्या जीवनात आमंत्रण कसं द्यायचं? आणि ती आल्यावर तिचा उपयोग कसा करायचा?

लक्ष्मी आली, तर ती फक्त लक्ष्मीच राहू नये, तर सत्यनारायणी बनावी. म्हणजेच पैशानं आपल्याला सत्यमार्गावर घेऊन जावं, सत्याचं दर्शन घडवावं. असं झालं तरच पैशाचा योग्य उपयोग झाला असं म्हणता येईल. पैसा आपलं अंतिम ध्येय न ठरता, ध्येय गाठण्याचा अंतिम व मजबूत मार्ग ठरावा.

जीवनात होणारं लक्ष्मीचं आगमन, सगळ्यांनाच सुखावह असतं; पण येताना तिनं अशा काही गोष्टी आपल्यासोबत आणाव्यात, ज्यामुळे ती सत्यनारायणी होईल. लक्ष्मीच्या योग्य विनियोगामुळे जर सत्यनारायणाचं, तेजसत्याचं दर्शन आपल्याला घडलं, तर तिनं खूप मोठं कार्य केलं असं होईल, अन्यथा लोक पैशाला आपलं अंतिम ध्येय समजून त्यातच गुंतून पडतील. मग त्यांच्या हातात खरा हिरा पडला, तरी ते त्याला ओळखू शकणार नाहीत, त्याचा फायदा घेऊ शकणार नाहीत.

खरा हिरा पारख्याच्या हाती लागला, तर त्या हिऱ्याची किंमत, चमक आणि शोभा हजारपटीनं वाढते. ज्याप्रमाणे परिसस्पर्श झाल्यास लोखंड लोखंड राहत नाही, त्याचा महिमाच काही और होऊन जातो, त्याचप्रमाणे सत्यही एका पारखीचं, परिसाचं काम करतं. सत्य ज्या गोष्टीच्या संपर्कात येतं, त्या गोष्टीला ते अनमोल बनवून टाकतं. हेच सत्य जर लक्ष्मीशी जोडलं गेलं, तर लक्ष्मी म्हणजे फक्त धन-दौलतीची देवी न राहता सत्यनारायणी बनते.

लक्ष्मी हेच आपलं अंतिम ध्येय नसावं. लक्ष्मीची सत्याशी सांगड घालून तिला सत्यनारायणी बनवणं, हे आपलं अंतिम ध्येय असावं.

परिसाची परीक्षा कशी होईल? सत्य कसं ओळखावं? परिसाची परीक्षा म्हणजे त्याची चमक नव्हे, तर त्याचं कार्य महत्त्वाचं आहे. जसं काचेचे तुकडे हिऱ्यांपेक्षा जास्त लखलखणारे असले तरी ते हिरे नसतात, तसंच जे सत्य मनुष्यामध्ये परिवर्तन घडवून त्याला त्याच्या मूळ स्वभावामध्ये स्थिर करू शकतं तेच सत्य असतं. हीच सत्याची परीक्षा, कसौटी. सत्यामुळेच मनुष्याचं जीवन सफल होतं. केवळ नारायण... नारायण... असा जप केल्यानं सत्यनारायण प्रकट होत नाही.

आपल्यात सत्यनारायण प्रकट होण्याकरिता समज असायला हवी. कारण

सत्यनारायण बाहेर कुठेही नसून, तो आपल्या अंतरंगामध्ये आहे. मग जर नारायण आपल्या अंतरंगात वास करत असेल, तर त्याची पत्नी, अर्धांगिनी लक्ष्मी, बाहेर असणं कसं शक्य आहे?

आता आपण लक्ष्मीचा म्हणजेच पैशाचा योग्य वापर कसा करायचा, हे समजून घेऊ. पैशाचा उपयोग आपण करायचा असतो, पैशानं आपला उपयोग करता कामा नये. मनुष्याने निसर्गाचे महान नियम जाणून केवळ धनाचीच नव्हे, तर त्याबरोबर ध्यान, ज्ञान, प्रेम, साहस आणि आरोग्याचीही दौलत प्राप्त करायला हवी. ही सगळी दौलत ज्याच्याकडे असते, तोच खरा श्रीमंत!

यासाठी आपल्याला निसर्गनियम जाणून विश्वासाचं बीज पेरायला शिकायचं आहे. विश्वासरूपी शक्तीच्या बळावर सदैव वैभवशाली, समृद्ध जीवन जगायचं आहे. पैशाबाबत आपल्यात असणाऱ्या चुकीच्या समजुती दूर करायच्या आहेत. पैसा वाईट असतो, असं म्हणणारे लोक अर्धसत्य जाणत असतात. शिवाय, पैसा म्हणजेच सर्वस्व मानणारे लोकही अर्धसत्यच जाणतात. मग पूर्ण सत्य आहे तरी काय? पैसा सत्याच्या मार्गावर आपल्याला साहाय्यकारी कसा ठरेल, हे जाणून घेतल्यानंतरच समृद्धीपूर्ण दिवाळी साजरी करता येऊ शकेल, खऱ्या अर्थाने लक्ष्मीपूजन घडेल.

या, तर मग सत्याचा दिवा प्रज्ज्वलित करून नव्या समजेसह समृद्ध जीवनात प्रवेश करू या. पैशाला साधन, मार्ग समजून त्याला बळकट करण्याचं रहस्य या पुस्तकाद्वारे समजून घेऊ या. या मार्गावरचा तुमचा प्रवास यशस्वी होवो, हीच शुभेच्छा! (TOS*).

धन्यवाद!

फुकट मिळालेलं धन अपात्रता वाढवतं.
त्यामुळे इच्छांची भूक आणि वायफळ खर्च
करण्याची सवय बळावते. म्हणून पैसा मिळवण्याच्या
दृष्टीनं आपली पात्रता वाढवून, आत्मविश्वास प्राप्त करा.

(TOS* म्हणजे 'द ओन्ली सत्य', समृद्ध जीवनाकरिता ईश्वराला धन्यवाद)

भाग - २

पैसा हवा की समज

किरकोळ खर्चाप्रती जागरूक राहा

जास्त पैसा मिळवल्याने कुणी श्रीमंत ठरत नाही,
तर मनुष्य श्रीमंत ठरतो ते पैशांची समज प्राप्त करून.
पैशांविषयी समज प्राप्त होताच, पैशांची समस्या दूर होते.

जास्त पैसा मिळवल्याने सगळ्या समस्या दूर होतात, हे वास्तव आहे, की केवळ एक मान्यता आहे?

३०० रुपये कमावणारा मनुष्य, आपल्याला ४०० रुपये मिळाले तर पैशांची अडचण दूर होईल, असं समजतो. ४०० रुपये कमावणाऱ्याला १,००० रुपयांमध्ये आपल्या समस्यांचं समाधान दिसतं. १,००० रुपये मिळकत असणाऱ्या माणसाला वाटतं, मला ४,००० रुपये मिळाले, तर कुठलीच अडचण भासणार नाही. आता विचार करा, ४,००० रुपये मिळवणाऱ्या मनुष्याला कुठलीही समस्या नसते का? पण तोही म्हणतो, मला जर ५,००० रुपये मिळाले, तर त्यानं माझी पैशांची चणचण दूर होईल. याचाच अर्थ, समस्या जास्त धन प्राप्त केल्यामुळे नाही, तर समज प्राप्त केल्याने सुटते.

एकदा एका साधूनं कोणा गरीब माणसाला लोखंडाचं सोनं करणारा पारसमणी एक महिन्यासाठी दिला. लोखंडाचं सोनं बनवण्याच्या लालसेनं तो मनुष्य मणी घेऊन लोखंड खरेदी करायला बाजारात गेला. तिथं गेल्यावर त्याला कळलं, त्या दिवशी

लोखंडाचा भाव दोन रुपयांनी वाढला आहे. अधिक चौकशी केल्यावर त्याला समजलं, आत्ता जरी हा भाव असला तरी काही दिवसांनी लोखंडाचा भाव कमी होऊ शकतो. मग तो मनुष्य लोखंडाचा भाव कमी होण्याची वाट बघत बसला. एक महिना संपला, पण लोखंडाचे भाव काही केल्या कमी झाले नाहीत. आता एक महिन्यानंतर ठरल्याप्रमाणे तो साधू आपला पारसमणी परत घेण्याकरिता आला, तेव्हा त्या गरीब माणसाला आपला मूर्खपणा लक्षात आला. लोखंड कितीही महाग झालं, तरी सोन्याशी त्याची कधी बरोबरी होऊ शकत नाही, हे त्याच्या ध्यानात आलं. जास्त भावाचं लोखंड घेऊन त्याचं सोनं केलं असतं, तरीही त्याचं अजिबात नुकसान झालं नसतं, पण आता वेळ निघून गेल्यावर ही गोष्ट त्याच्या लक्षात आली.

सत्याच्या मार्गावर वाटचाल करणाऱ्या मनुष्याला पैशांची समज असायलाच हवी; अन्यथा त्याचा सगळा वेळ बाह्यगोष्टींची उकल करण्यातच जातो. सत्याच्या मार्गावर मार्गक्रमण करणं त्याला जमत नाही. कित्येक लोक एकदा पैसा कमावण्याच्या मागे लागले, की आयुष्यभर पैशांच्याच मागे धावतात. त्यांना परत सत्याच्या मार्गावर येणं जमत नाही, कारण मिळवलेल्या पैशानं त्यांचे कधीही समाधान होत नाही. पैशाच्या मागे आयुष्यभर धावूनही 'आता पुरे' असं त्यांना वाटत नाही. त्यामुळे आता आपण आपल्या जीवनातील खऱ्या ध्येयप्राप्तीसाठी वेळ देऊ शकतो, हे त्यांना समजत नाही. अशा लोकांजवळ असलेला पैसा त्यांना नेहमी अपुराच वाटत राहतो. भरपूर पैसा असूनही ते अभावाच्या भावनेतच जीवन कंठत राहतात.

असमंजसपणामुळे भरपूर पैसा मिळवूनही मनुष्याला कायम पैशांची चणचणच जाणवते. याचाच अर्थ, जास्त पैसा मिळवल्याने कुणी श्रीमंत होत नाही, तर तो श्रीमंत होतो तो पैशांची समज प्राप्त करून. ही समज प्राप्त होताच, पैशांच्या समस्येचं बीजच नष्ट होतं आणि एकदा का हे बीज नष्ट झालं, तर जीवनात पैशांचा अभाव असल्याची भावनाही दूर होते.

जास्त पैसा मिळवल्याने सगळ्या समस्या दूर होतात, याच भ्रमात लोक जगत असतात. गाठीशी प्रचंड पैसा असूनही सतत कुठल्या ना कुठल्या समस्येनं ग्रस्त असणारे अनेक लोक दिसतात. पैशामुळे जर सगळ्या समस्या दूर झाल्या असत्या, तर आज हे सर्व लोक खुशीत असायला हवे होते, पण प्रत्यक्षात मात्र तसं दिसत नाही.

पैशाविषयीची समज - त्याचा विनियोग, गुंतवणूक, वृद्धी, खर्च, बचत, चुकीच्या मान्यता, चांगल्या सवयींचं महत्त्व याची समज येणं म्हणजे पैशाविषयीची समज असणे होय. हीच आपल्याला श्रीमंत करते, म्हणून ही समज मिळवण्याकरिता

आधी थोडा खर्च करू या. बाकीच्या पैशांचा विनियोग कसा करायचा, हे जाणून घेण्यासाठी योग्य ठिकाणी थोडे पैसे खर्च करणं उपयुक्त ठरेल.

चुकीच्या ठिकाणी खर्च करण्याची सवय पैसा टिकून राहण्यास मदत करत नाही. आपल्या शरीराला काही चुकीच्या सवयी लागल्यामुळे मिळालेला पैसा आपल्याकडे टिकून राहत नाही. तो लगेच खर्च होऊन जातो. या सवयी आपण मोडल्या, तर आपल्याला पैशाचा विनियोग चांगल्या पद्धतीनं करता येईल आणि मग पैसा आपल्या दृष्टीनं एक वरदान ठरेल. अविचारानं पैसा खर्च करणं म्हणजे जहाजाला भोक पडण्यासारखं असतं. त्यामुळे जहाज हळूहळू बुडू शकतं. छोट्या-छोट्या खर्चाच्या रूपानं जीवनाच्या नौकेला पडणाऱ्या छिद्रांपासून आपण सदैव सावध असायला हवं. यासाठी खाली दिलेल्या काही सवयींपासून दूर राहणं कधीही श्रेयस्कर.

पहिलं आणि शेवटचं कारण

पैशांच्या समस्येचं पहिलं आणि शेवटचं कारण आहे,

अविचार + आळस + चुकीच्या सवयी – समज = पैशांची समस्या

अविचार किंवा बेपर्वाई – अविचारानं आणि बेसुमार खर्च करण्याच्या सवयीमुळे पैसा कधीच पुरा पडत नाही. त्यामुळेच पैशांची समस्या निर्माण होते.

नशिबावर हवाला ठेवून जगणाऱ्या मनुष्याबाबत दोन गोष्टी होतात,

१. असा मनुष्य आपला पैसा फालतू खर्चांमध्ये उडवून टाकतो.

२. अत्यंत चिक्कूपणा करून, नागासारखा आपल्या धनाचं रक्षण करत बसून राहतो.

याउलट कष्टावर श्रद्धा असणाऱ्या मनुष्याबाबत दोन गोष्टी होतात,

१. असा मनुष्य नेहमी आत्मनिर्भर राहतो.

२. सदैव शांत, स्वस्थ असतो.

अशा प्रकारच्या दोन्ही लोकांच्या जीवनात हा फरक स्पष्ट दिसतो. म्हणून कष्ट करण्यापासून कधीही मागे हटू नका. नशिबावर भरवसा ठेवून ज्योतिषी किंवा लॉटरीच्या तिकिटांमध्ये आपला वेळ आणि पैसा वाया घालवू नका.

लॉटरी लागल्यामुळे माणसाला अनावश्यक खर्च करण्याची सवय लागते. अशा प्रकारे अचानक मिळालेले पैसेही एक दिवस असेच संपून जातात. पण सवयींनं निर्माण होत राहणाऱ्या इच्छा मात्र कधीही संपत नाहीत.

भूक लागल्यानंतर मनुष्याला खायला जर मिळालं नाही, तर तो कासावीस होतो. तसंच इच्छांची सवय माणसाच्या दुःखाचं कारण बनते. जवळचा पैसा संपला, तरी इच्छांची भूक काही केल्या शमत नसल्याने माणसाला त्या स्वस्थ बसू देत नाहीत. मग अशा माणसाचं आयुष्य जिवंतपणीच नरक बनतं.

लॉटरी लागल्याने पैशाची समस्या सुटत तर नाहीच, उलट मनुष्य पैसा कमावण्याच्या क्षमतांवर काम करणे सोडून त्या क्षमतादेखील गमावून बसतो. त्यानंतर त्याचा स्वतःवरचा विश्वास उडून तो पैसा कमावण्याचे सोपे मार्ग शोधायला लागतो, पैशांचा गुलाम बनतो.

फुकट मिळालेलं धन अपात्रता वाढवत असल्याने इच्छांची भूक आणि वायफळ खर्च करण्याची सवय अधिकच बळावते. म्हणूनच पैसा कमावण्याच्या दृष्टीनं आपली पात्रता वाढवायला हवी, आत्मविश्वास जागवायला हवा.

आळस – आळसामुळे कामात चालढकल करण्याच्या सवयीने 'ते काम उद्या करू...' असा विचार केला तर आपल्याकडे येणारा पैसासुद्धा थांबू शकतो. हातातले पैसे बँकेत जमा करण्यामध्ये चालढकल केल्याने त्यावर मिळू शकणारं तेवढ्या दिवसांचं व्याज बुडतं. म्हणजेच येणारा पैसा थांबतो. आळस एक तर माणसाला कंजूष किंवा मग कंगाल तरी करतो. या दोन्हीही गोष्टी तशा घातकच.

चुकीच्या सवयी – खाली दिलेल्या सवयींवर नेहमी लक्ष ठेवा.

१. लोकांकडून उधार मागणं आणि मागचा-पुढचा विचार न करता उधार देणं,

२. कोणालाही 'नाही' म्हणू न शकणं,

३. कुठलीही खरेदी करताना भाव करण्याची लाज वाटणं, 'मी अशी घासाघीस केली, तर लोक काय म्हणतील?' असं वाटून, प्रत्येक वेळी ते मागतील तेवढे पैसे देणं,

४. कुणीही पैसे मागितले तर त्याच्या गरजेची शहानिशा न करताच देणं,

५. बचत करू न शकणं, वायफळ खर्च करणं,

६. अनेक लोकांकडून भरमसाठ कर्ज घेणं,

७. लॉटरी, जुगार अशा बिनकष्टाच्या मार्गांचा सतत विचार करत राहणं.

समज – पैशांचा उपयोग आपण करायचा असतो, पैशाला कधीही आपला

उपयोग करू द्यायचा नाही. माणसाच्या अभिव्यक्तीसाठी पैशाचा जन्म झालेला आहे. पैशाचा महिमा वाढवण्यासाठी मानवाचा जन्म झालेला नाही. पैसा साधन आहे, अंतिम ध्येय वा साध्य नव्हे. सगळं काही भरपूर आहे, म्हणून पैशाबद्दल आदर हवा, द्वेष वा असूया नको.

अविचार + आळस + चुकीच्या सवयी – समज = पैशांची समस्या

ज्याचे आचरण या सूत्रानुसार असेल, त्याची पैशाची समस्या कधीच समाप्त होणार नाही.

जे लोक व्यसनमुक्त असतात, अविचार टाळतात, आळसावर मात करतात, तमोगुण दूर करतात आणि पैशाबाबतची समज वाढवतात, त्यांची पैशाची समस्या सुटते; अन्यथा लोकांना ती आयुष्यभर छळते.

तुमच्या बाबतीत ही समस्या राहू नये, यासाठी आपला पैसा, वेळ वा प्रेम यांचे दहा भाग करून त्यातला एक हिस्सा बाजूला ठेवा. हा बाजूला ठेवलेला हिस्सा, बाजूला ठेवलेले पैसे आपले नाहीतच, असं समजा. कारण लोक बचत तर करतात, पण नंतर तेच पैसे पार्ट्यांमध्ये उडवतात. कुठलातरी आनंद साजरा करायचा, त्यानिमित्तानं अनावश्यक वस्तू आणायच्या, अशा गोष्टींमध्ये नाहक पैसे खर्चून बँकेत बचत करून ठेवलेल्या पैशांचं व्याजही असे लोक उधळून टाकतात. त्यामुळे पुन्हा त्यांना पैशांची चणचण भासू लागते.

समृद्धीचा खजिना कसा शोधायचा, कसा खोदून काढायचा, हे लोकांना माहीतच नसतं. केवळ काही चुकीच्या सवयी आणि पैशाची समज नसण्याने, समृद्धीचा खजिना निर्माणच होत नाही. काही सवयी अंगी बाळगल्या, तरच हा खजिना निर्माण करता येतो. याबाबतीत सविस्तर विवेचन पुढील भागात दिलंय.

या अध्यायात सुरुवातीला सांगितलेल्या गोष्टीतील गरीब मनुष्य, हातात परिस मिळूनही गरीबच राहिला, कारण त्याच्यात समज नव्हती. आपणसुद्धा असाच मूर्खपणा करत नाही ना? मृत्युरूपी साधू कुठल्याही क्षणी आपल्या दारात उभा राहू शकतो आणि हा जीवनरूपी परिस आपल्याकडून काढून घेऊ शकतो, त्यामुळे या परिसाचा योग्य उपयोग करून घेणं आवश्यक आहे.

तुम्ही जे देता, त्यामुळेच विकास होतो
आणि जे घेता, त्यामुळे फक्त उदरनिर्वाह चालतो.

भाग - ३

पैशाला योग्य दिशा देऊन समृद्ध व्हा

मनी किलर्सपासून स्वतःचा बचाव करा

अविचारानं पैसा खर्च करणं, हे जहाजाला भोक पाडण्यासारखं असतं. त्यामुळे जहाज बुडू शकतं.

'सराव केल्यानं मनुष्य कुशल होतो, तर योग्य अभ्यासामुळे त्याला प्राविण्य मिळतं,' हे वचन तुम्ही ऐकलं असेल. समृद्ध होण्यासाठी खाली दिलेल्या जीवननियमाचा योग्य अभ्यास करायला हवा.

तुम्ही ज्या गोष्टीवर लक्ष केंद्रित करता, ती गोष्ट वृद्धिंगत होते, स्वस्थ होते.

प्रस्तुत पुस्तकाच्या प्रभावाने तुम्ही आर्थिक विकासाकडे लक्ष देणार आहात. त्यामुळे तुमच्या जीवनात आता अधिक पैसा येऊन त्याच्या बळावर तुम्ही तुमच्या ध्येयाकडे अधिकाधिक सहजतेनं प्रवास करायला लागाल. कारण पैसा हा मार्ग आहे, अंतिम ध्येय नाही.

सर्वप्रथम तुम्ही किती पैशाचं आदान-प्रदान करता आणि किती खर्च करता याकडे लक्ष द्या. शिवाय किती गोष्टींमध्ये तुम्ही घासाघीस, भाव करता, याचाही हिशेब ठेवायला सुरुवात करा.

जोपर्यंत तुमच्या प्रत्येक पैशाचा हिशेब तुमच्याकडे नसेल, तोपर्यंत तुम्ही त्याला योग्य दिशा देऊ शकत नाही. योग्य दिशेविना पैसा हा पैसा न राहता तो उडणाऱ्या पक्ष्याप्रमाणे होतो, जो कुणाच्याच हाती लागत नाही.

तुमच्याकडे जे पैसे आले, त्यांचं नेमकं काय झालं, ते पैसे कुठे आणि कसे खर्च झाले? असे प्रश्न स्वतःला विचारा. या प्रश्नाची जी काही उत्तरं येतील, ती एका कागदावर, किंवा शक्य असल्यास हिशेबाच्या वहीत नोंदवून ठेवा. यामुळे तुम्हाला एक नवा दृष्टिकोन प्राप्त होऊन पुढे तुमचा पैसा कुठे जायला हवा, हे तुम्ही निश्चितपणे ठरवू शकाल.

मनुष्याजवळ भरपूर वेळ असूनही तो वेळ नसल्याबद्दल नेहमी तक्रार करत असतो, कारण कोणकोणत्या गोष्टीत आपला वेळ व्यर्थ जातोय, हेच त्याला माहीत नसतं. त्याचप्रमाणे त्याच्याकडे पैसा येतोही, पण तो कुठे खर्च होतो, हेच त्याच्या लक्षात येत नाही.

जसं, वेळ नष्ट करणाऱ्या कामांना वेळभक्षक (टाईम किलर) म्हणतात, तसं पैसा गिळंकृत करणाऱ्या खर्चांना पैसाभक्षक (मनी किलर) म्हणायला हवं. माणसानं या मनी किलर्सपासून स्वतःचा बचाव करायला हवा. आपल्या जीवनात जेव्हा केव्हा तुम्हाला मनी किलर्स आढळतील, तेव्हा या पुस्तकात दिलेल्या मार्गदर्शनानुसार त्यांना नष्ट करा.

एक संसारी गृहस्थ आपल्या १०० टक्के उत्पन्नाचा हिशेब खालीलप्रमाणे सांगू शकेल -

१.	घरभाडं आणि टॅक्स	२० %
२.	फोन व लाईटबिल	१० %
३.	धान्य, किराणा	१८ %
४.	भाज्या, फळं	०६ %
५.	हवामानानुसार कपडे	०६ %
६.	मुलांची शाळा, शुल्क	०६ %
७.	पेट्रोल खर्च	०८ %
८.	औषधं	०३ %

९.	पाहुणे, सणवार	०३ %
१०.	किरकोळ खर्च	०८ %
	एकूण	८८ %
	बचत	१२ %

तुम्हीदेखील याप्रमाणे आपल्या खर्चाचं अंदाजपत्रक तयार करा. आपला पैसा नेमका कुठे जातो हे पाहा आणि या पुस्तकात दिल्याप्रमाणे स्वतःचा आर्थिक विकास करा; अन्यथा एक दिवस तुम्हाला अचानक धक्का बसेल, 'अरेच्चा, आपण तर एवढे पैसे कमावले, पण ते गेले कुठे?'

असा विचार जर तुम्ही करत असाल, इन्कम टॅक्स भरणाऱ्या किंवा मोठा व्यापार करणाऱ्या लोकांनीच असा हिशेब ठेवण्याची गरज आहे, तर हा तुमचा केवळ गैरसमज आहे. आपल्याकडे येणाऱ्या आणि जाणाऱ्या सर्व गोष्टींची माहिती प्रत्येक मनुष्याला असायलाच हवी. म्हणजे मग आवश्यक तेव्हा निर्णय घेणं त्याला शक्य होईल.

स्वतःला द्यायला शिका

तुम्ही दुकानदार, दूधवाला आणि पेपरवाल्याला बिलाच्या रूपाने तुमचा पैसा देता. या गरजांसाठी सगळ्यांनाच पैसे खर्च करावे लागतात. पण तुम्ही स्वतःला कधी काही देता का? नाही. तेव्हा आपण स्वतःलाही काही पैसे द्यायला हवेत, हा विचारही तुमच्या ध्यानी-मनी नसतो.

तुम्ही इतरांना प्रेम देता, पण स्वतःला नाही. इतरांना वेळ देता, पण स्वतःला नाही. इतर सगळीकडे लक्ष पुरवता, पण स्वतःकडे मात्र नाही. तुमच्या नेमक्या याच चुकीमुळे तुमचा विकास होऊ शकत नाही. वास्तविक स्वतःलादेखील पैसा, प्रेम आणि लक्ष द्यायला हवं.

आता स्वतःला किती टक्के पैसे द्यायचे हा निर्णय मात्र तुम्हीच घ्यायचा आहे. हे गणित पुढीलप्रमाणे सोडवू या :

तुमचं जे काही कमी वा जास्त उत्पन्न असेल, त्याचे दहा भाग करा. त्यातील एक भाग स्वतःला द्या. म्हणजेच, समृद्धीकरिता एक हिस्सा स्वतःकडे ठेवा. वाचवलेले हे पैसे भरपूर पीक मिळवण्याच्या दृष्टीनं योग्य वेळी बीजासारखे कसे वापरायचे, हे आपण पुढे शिकणार आहोत.

काय? असं करायला तुम्हाला खूप कठीण वाटेल? हिशेब अगदी साधा आणि सोपा आहे. पैशांची मान्यता दूर होताच, गरिबातला गरीब मनुष्यदेखील त्याच्याजवळच्या पैशांचे दहा भाग करू शकतो. अन्यथा, जास्त पैसे मिळाले तरच आपली पैशांची समस्या दूर होऊन आपण श्रीमंत बनू, असाच विचार लोक करत राहतात. अशा विचारसरणीचा मनुष्य आयुष्यात कधी श्रीमंत होऊ शकत नाही. उलट सतत तणावाखाली जगून आर्थिक विवंचनेत राहतो. वास्तविक, त्याला पैशाचं रहस्यच कळलेलं नसतं.

समृद्धीच्या महावृक्षाचं एक बीज

तुम्ही स्वतःसाठी हा नियम बनवायचा आहे, की जरी दहा हजार रुपये मिळाले, तरी तुम्हाला नऊ हजारच मिळाले आहेत, असं समजायचं. खरं तर त्या दहामधले एक हजार रुपये तुमच्या समृद्धीच्या महावृक्षाचं बीज आहेत. हे रहस्य जेव्हा तुम्हाला समजेल, तेव्हाच तुम्ही तो महावृक्ष निर्माण करू शकाल आणि त्याच्या छायेत सुखानं विसावू शकाल. आरामात त्या सावलीचा आनंद लुटून सत्याचं मनन आणि त्यावर आचरण करू शकाल.

तुमचं अंदाजपत्रक हा तुमचा संरक्षणमंत्री

तुम्ही जर अंदाजपत्रक तयार केलं नाही तर पाहाल, पैसे हातात येण्याचा उशीर लगेच तुम्ही आवडीच्या वस्तू घेऊन मोकळे व्हाल. जॅकेट, सँडल, लिपस्टिक, पावडर अशा निरर्थक गोष्टींवर अनावश्यक खर्च कराल. 'आम्ही खूप पैसा कमावतो, पण कितीही कमावला, तरीही तो कमीच पडतो,' असं लोकांचं तुणतुणं नेहमी चालूच असतं.

अंदाजपत्रक लिहून काढायची सवय लावून घेतलीत, तर आपले वायफळ खर्च आणि व्यर्थता तुमच्या लक्षात येईल. पण आपण अंदाजपत्रक तयार करण्यासारख्या महत्त्वाच्या गोष्टीकडे सहसा दुर्लक्ष करतो. पण असं केल्याने सगळे आवश्यक खर्च केल्यानंतरही आपले काही पैसे शिल्लक पडतात, हे तुमच्या लक्षात येईल. शिवाय तुम्हाला जो काही दान-धर्म करायचा आहे, विश्वास बीज पेरायचं आहे, तेही होत राहील.

तुमचं अंदाजपत्रक हा तुमचा संरक्षणमंत्री असतो. तो तुमच्या उच्च इच्छांचं तुच्छ इच्छांपासून संरक्षण करतो. आपल्या उच्च इच्छा आणि उच्च अभिव्यक्ती पूर्ण

करायच्या असतील, तर छोट्या-छोट्या इच्छांपासून दूर राहायला हवं. तुम्ही जेव्हा तुमचं अंदाजपत्रक तयार करायला लागाल, तेव्हा उत्पन्नाच्या नऊ भागांमध्ये तुमच्या कोणकोणत्या इच्छा पूर्ण होऊ शकतात, हे तुम्हाला समजेल.

अंदाजपत्रकाप्रमाणे आपल्या उत्पन्नाचे दहा भाग केले आणि त्यातला एक भाग स्वतःकडे ठेवला, तर उरलेल्या नऊ भागांमध्ये तुम्ही तुमचे इतर सगळे खर्च भागवू शकाल. सगळी देणी त्यात बसवाल, त्यातूनच दान-धर्मही कराल. तुम्ही करत असलेल्या सगळ्या गोष्टी या अंदाजपत्रकात बसण्यासारख्याच आहेत.

अंदाजपत्रक बनवल्यावर, त्यात हे बसत नाही, ते बसत नाही, असा विचार करू नका. तुमचा सगळा खर्च तुमच्या उत्पन्नाच्या नऊ भागांमध्ये बसणार आहे. केवळ या गोष्टी ठाऊक नसल्यानेच अनावश्यक खर्च होतोय, हे लक्षात येत नाही.

तुमची संपत्ती

तुमच्याकडे शंभर रुपये असोत की दहा हजार, त्याने काहीही फरक पडत नाही. जेवढे पैसे तुमच्याकडे असतील, त्याचे तुम्हाला दहा भाग करायचे असून, दहावा हिस्सा स्वतःकडे ठेवायचा आहे. समजा, तुमच्याकडे शंभर रुपये असतील आणि त्यातले तुम्ही स्वतःसाठी दहा रुपये काढले, तर 'हे दहा रुपये, म्हणजेच माझी संपत्ती आहे, माझ्या समृद्धीचा खजिना आहे,' असं म्हणा. यावेळी 'दहा रुपयांची काय बाब, त्याला खजिना कसं म्हणायचं?' असा विचार कदापि करू नका. कारण हे दहा रुपयेच समृद्धीच्या वृक्षाचं बीज आहेत. त्यातूनच तुमच्यासमोर मार्ग खुला होणार आहे. पण लोकांना ही सवय नसल्याने, किंबहुना त्यांच्या आई-वडिलांकडून ही शिकवण त्यांना न मिळाल्याने परिणामतः पैशांची चणचण कायम जाणवत राहते. म्हणून समृद्धीचा महावृक्ष कसा निर्माण होतो, हे लवकरात लवकर शिकून घ्यायला हवं.

तेव्हा आजपासूनच आपल्या पैशांवर लक्ष केंद्रित करून त्या शक्तीद्वारे पैशाला आपलं ध्येय गाठण्याचा राजमार्ग बनवा. कारण पैसा हे साधन आहे, अंतिम साध्य, ध्येय नव्हे. पैशाला आपलं ध्येय गाठण्यासाठी उपयोगात आणा, त्याला वरदान बनवा.

पैशांच्या दौलतीसोबत प्रेम, एकाग्रता, साहस,
निर्भयता आणि आरोग्याची दौलत प्राप्त करा.

भाग - ४

पैशाची भाषा, परिभाषा
मंदी की चांदी

ज्यावेळी पैसा सत्याच्या हातात हात घालून येतो,
त्यावेळी तो दैवी देणगी ठरतो.

प्रत्येक मनुष्याची धर्म, कर्म आणि देशाची परिभाषा जशी वेगवेगळी असते, तशीच पैशाची परिभाषा आणि त्याबाबतची समजही भिन्न असते.

एकदा एका शेतकऱ्याला विचारलं, 'तुझं काम कसं चाललं आहे?' तेव्हा तो म्हणाला, 'इट इज ग्रोइंग. ते वाढतंच आहे.' फुलं, रोपं वाढतात, तसं शेतकऱ्याचं कामही वाढत असतं, ती त्याची भाषा आहे.

एका लेखकाला विचारलं, 'तुझं काम कसं चाललं आहे?' तेव्हा तो म्हणाला, 'ऑल राईट.' ही झाली लेखकाची भाषा, कारण राईटचा अर्थ लिहिणं, म्हणून तो म्हणतो, "All Write."

ग्रहांची स्थिती पाहून भविष्य सांगणाऱ्या ज्योतिषाला त्याच्या कामाबद्दल विचारलं, तर तो म्हणाला, 'खूप वर चाललंय, नक्षत्रांना स्पर्श करतंय.'

इलेक्ट्रिशियन या प्रश्नाच्या उत्तरादाखल म्हणाला, 'माझं काम खूप लाईट आहे.' लाईट शब्दाचा अर्थ हलका-फुलका, सोपा, असाही होतो. ही भाषा इलेक्ट्रिशियनची आहे.

शिंप्याला विचारल्यावर तो म्हणाला, 'थोडं टाईट आहे.' टाईट म्हणजे कठीण, असाही अर्थ होतो. त्यापेक्षा चांगला शब्द शिंप्याकडे दुसरा कोणता असणार?

लिफ्टमन म्हणाला, 'खूप वर-खाली होत असतं.' लिफ्टमनच्या भाषेत कामातील, व्यापारातील चढ-उतार असेच सांगता येतात.

अशा प्रकारे प्रत्येकाची भाषाशैली भिन्न असून, पैशांच्या बाबतीतही लोक आपापल्या भाषा-परिभाषेनुसार वेगवेगळे शब्द वापरत असतात. शब्दांच्या वापरानुसारच चूक-बरोबर, योग्य-अयोग्य अशा मान्यता बनत असतात. त्यामुळे पैशांच्या बाबतीतदेखील लोक नेहमी आपल्याच भाषेत बोलताना आढळतात.

दोन उद्योजक भेटल्यावर त्यांच्यात नेहमी व्यवसायाविषयीच चर्चा होते. मग त्यांचा व्यवसाय कितीही उत्तम चाललेला असो, ते हेच म्हणतात, 'सध्या जरा मंदी आहे... पूर्वीसारखी आता व्यापारात मजा राहिली नाही.' अशा विचारसरणीमुळे व्यापाराच्या बाबतीत सगळीकडे मंदीचं वातावरण निर्माण होतं. सगळं छान चालू असतानाही, 'उत्तम चाललंय,' असे शब्द लोकांच्या तोंडून कधीही निघत नाही. आपण असं म्हटलं, तर कुणाची तरी दृष्ट लागेल, अशी जणू त्यांना भीती वाटत असावी!

जे शब्द आपण वारंवार उच्चारतो, ते आपल्यात तशीच भावना निर्माण करतात, हे लोकांच्या लक्षातच येत नाही. पैशासंबंधीची चांगली भावना, आदर पैशाला तुमच्याकडे आकृष्ट करते, तर निराशा आणि चिंता त्याला दूर लोटते.

यासाठी आपलं लक्ष नेहमी चांगल्या भावनांवर केंद्रित करा. पैशाविषयी आपल्या मनातली परिभाषा बदलून टाका. 'पैसा सगळ्यांसाठी आहे, भरपूर आहे, ती ईश्वराची रचनात्मकता असून माझ्या जीवनात पैसा वाढतोय,' असं म्हणा. हे शब्द तुमच्या मनावर चांगला परिणाम करतील. मग कालांतराने, हा परिणाम तुम्हाला जीवनातही दिसू लागेल. तुमच्यातील सुखद विचार एखाद्या लोहचुंबकाप्रमाणे सगळ्या चांगल्या गोष्टी तुमच्याकडे आकर्षित करतील.

यापुढे जर कुणी तुमच्यासमोर म्हणालं, सध्या मंदी आहे..., तर त्याला तत्काळ थांबवून म्हणा, 'अरे, तुझ्या या अशा विचारामुळेच मंदी येईल. तू वेगळ्या पद्धतीनं

विचार करशील, तर ती निश्चितच दूर होईल.' त्यानं फक्त नवा विचार मनात आणायचा आहे. जसं, आधी कामच नव्हतं, आता ते वाढलंय... आधी मंदी होती, पण आता उलाढाल सुरू झाली आहे... आधी तब्येत बरी नव्हती, पण आता जरा आराम वाटतोय... समोरच्यानं जरी तुमचं बोलणं मनावर घेतलं नाही, तरी तुम्ही मात्र या गोष्टींवर ठाम राहा.

बस! हाच विचार क्रांती घडवून आणेल. तुम्ही जर ठरवलं, तर हा विचार एका दिवसात जगभर पोहोचू शकेल, पण सुरुवात आधी तुम्ही करायला हवी. तुम्ही ज्याला हा विचार सांगाल, त्याला तो आणखी काही लोकांपर्यंत पोहोचवायला अवश्य सांगा.

अशा प्रकारे तुम्ही निश्चितच जग बदलू शकता, फक्त या सकारात्मक विचारांची शृंखला अशीच पुढे सुरू ठेवून पैशाची भाषा आणि परिभाषा बदलायला हवी.

आपल्याला मिळणाऱ्या पगारापेक्षा थोडं जास्तच काम करा. तुमच्या अतिरिक्त कामाचा मोबदला निसर्गाकडून मिळेल, जो भरपूर असेल.

भाग - ५

पैशाबाबत तीन प्रकारचे भ्रम

ना भगवान, ना सैतान

**पैशाला भगवानही मानू नका आणि सैतानही.
तो अनावश्यकरित्या खर्चही करू नका आणि साठवूनही ठेवू नका.
त्यापासून दूरही पळू नका. फक्त त्याच्याबाबत सजग व्हा.**

पैशाच्या बाबतीत प्रत्येक मनुष्याच्या मनात काही ना काही भ्रामक कल्पना असतात. नंतर याच कल्पना खऱ्या वाटून वास्तवात येतात. परिणामी याचं रूपांतर समस्येत होतं. पैशाबाबत लोकांच्या मनात तीन प्रकारचे भ्रम असतात :

पैशालाच सर्वस्व मानणारे लोक

काही लोक पैशालाच सर्वस्व मानत असल्याने तो स्वत:कडेच दाबून ठेवण्याकडे त्यांचा अधिक कल असतो. त्यांच्यासाठी पैसाच सर्वकाही, सर्वस्व असतो. ते पैशालाच देव मानत असल्याने इतर नातेसंबंधांना त्यांच्या लेखी काहीही अर्थ नसतो.

एकदा दोन मित्र टेलिफोनवर आपापसात बोलत होते. बोलता-बोलता पहिला दुसऱ्याला म्हणाला, 'मला ५०० रुपयांची गरज आहे.' त्यावर दुसरा मित्र लगेच म्हणतो, 'हॅलो, काय म्हणालास? मला काहीच ऐकू येत नाहीये, लाईन खराब आहे वाटतं.' मग पहिला मित्र मोठ्यानं ओरडून पुन्हा सांगतो, 'अरे, मला ५०० रुपयांची गरज आहे.'

त्यावर तो दुसरा मित्र म्हणाला, 'तू जे काय बोलतो आहेस, ते मला अजिबात ऐकू येत नाही... नक्कीच फोनमध्ये काहीतरी गडबड आहे.'

मग इतका वेळ या दोघांचं संभाषण ऐकणारा टेलिफोन ऑपरेटर त्या दुसऱ्या मित्राला म्हणाला, 'महाशय, मला तर तुमच्या मित्राचं बोलणं स्पष्ट ऐकू येतंय, फोनच्या लाईनमध्ये काहीही गडबड नाही.' त्यावर तो दुसरा मित्र ऑपरेटरला म्हणतो, 'ठीक आहे, तुला जर ऐकू येत असेल, तर मग तूच माझ्या मित्राला ५०० रुपये देऊन टाक बघू.'

अशा प्रकारे, देण्याचा विषय निघाल्यावर लोकांना काहीच ऐकू येत नाही. पण घेण्याची गोष्ट मात्र स्पष्ट ऐकू येते. पैशांव्यतिरिक्त इतर काहीही ऐकण्याची त्यांची इच्छा नसते. पण त्यांना हे कळत नाही, की जो पैसा ते आपल्याकडे दाबून ठेवत आहेत, तोच एक दिवस त्यांच्या मृत्यूचं कारण बनू शकतो.

एखाद्या मनुष्याला लॉटरी लागली आणि त्याच रात्री दरोडेखोरांनी त्या पैशांसाठी त्याची हत्या केली, तर ही गोष्ट चांगली की वाईट? खरं तर लॉटरी लागणं हा एक शुभशकुन होऊ शकला असता, पण ती लॉटरीच त्याच्या मृत्यूचं कारण ठरली.

पैसे लपवून ठेवणारे लोक कंजूष असतात. त्यांची बुद्धी आणि शक्ती चुकीचे मार्ग शोधण्यातच गुंतलेली असते. असे लोक पैशाच्या बाबतीत खूप जागरूक असतात, पण आपल्या बुद्धीचा उपयोग मात्र ते चुकीच्या दिशेनं करत असतात.

एका कंजूष मनुष्याच्या पत्नीचा सकाळीच मृत्यू झाला. हे पाहून आधी तो स्वयंपाकघराकडे धावला आणि आचाऱ्याला म्हणाला, 'आज एकाच माणसाचा नाष्टा बनव.' म्हणजे, पत्नीचा मृत्यू झाल्यावरही त्याच्या डोक्यात पहिला विचार आला, तो दोन माणसांचं अन्न शिजेल आणि त्यातलं अर्धं वाया जाईल याचाच. पैसा वाचवण्याच्या बाबतीत तत्परतेनं त्याचं डोकं चाललं, पण दिशा मात्र चुकीची होती.

एक मनुष्य केळी घ्यायला गेला. त्यानं दुकानदाराला विचारलं, 'दोन केळी केवढ्याला दिली?' दुकानदार म्हणाला, '७५ पैसे.' मग तो मनुष्य म्हणाला, 'दोन केळ्यांचे ७५ पैसे, तर या एका केळ्याचे किती?' दुकानदार म्हणाला, '४० पैसे.' त्यावर तो मनुष्य दुसरं केळं उचलून म्हणाला, 'ठीक आहे, हे ३५ पैशांचं केळं मला द्या.'

केवळ ५ पैसे वाचवण्याकरिता त्या मनुष्यानं किती विचार केला! या

विचारशक्तीपैकी अर्धी शक्ती जरी त्यानं सत्य शोधण्यासाठी वापरली असती, तरी त्याला ते प्राप्त होऊन आत्मसाक्षात्कारही झाला असता. याचाच अर्थ तुम्ही पैसे वाचवू नका असा होत नाही. शिवाय ते दाबून ठेवा, असंही सांगितलं जात नाही. फक्त पैशाला योग्य समजेची जोड द्या, असं इथे सांगायचं आहे. अशी समज असेल, तर आपण आपल्या विचारांना योग्य दिशा देऊन सुविधा व सुख यांच्यामध्ये एक संतुलन साधू शकतो.

पैसा म्हणजे काहीच नाही

काही लोक पैशाला कस्पटासमान लेखून तो उडवून टाकतात. त्यांच्या नजरेत पैशाला काहीही महत्त्व नसतं. असे लोक बेफिकीर आणि असमंजस असतात. पैशाच्या बाबतीत त्यांनी योग्य तो विचार केलेला नसतो. एका मनुष्यानं एका भिकाऱ्याला शंभर रुपये दिले आणि म्हणाला, 'आता मला सांग, तुझी अवस्था अशी का झाली?' त्यावर भिकारी म्हणाला, 'मी आधी खूप श्रीमंत होतो. पण तुमच्यासारखे इतरांना पैसे देऊन नेहमी असे प्रश्न विचारण्याच्या सवयीने एक दिवस मी असा कंगाल झालो.' तो श्रीमंत मनुष्य आपले पैसे विनाकारण कसे खर्च करायचा, हे यावरून आपल्याला समजेल.

पैशांपासून दूर पळणारे लोक

काही लोक पैसा पाहिल्यानंतर साप पाहिल्यासारखे दूर पळत असतात. त्यांच्या मनात पैशाविषयी चुकीच्या मान्यता असल्यामुळे त्यांच्या दृष्टीनं पैसा वाईट असतो. इतकंच काय पण पैशाला स्पर्श करणंदेखील त्यांना धर्मभ्रष्ट झाल्यासारखं वाटतं.

म्हणून, पैशाला देवही मानू नका आणि सैतानही. तो अनावश्यकरित्या खर्चही करू नका आणि साठवूनही ठेवू नका. त्याची आसक्ती बाळगू नका आणि त्यापासून दूरही पळू नका. फक्त त्याच्याबाबतीत जागृत व्हा. पैसा हा पैसा आहे. त्याचा उपयोग करा आणि पुन्हा त्याची गरज पडेपर्यंत त्याला विसरून जा. पैसा कमवा, त्याला आपला मार्ग, साधन बनवून ध्येय गाठा.

एकदा खुर्चीतून उठल्यावर आपण तिचा विचार पुन्हा खुर्चीत बसेपर्यंत करतो का? तसंच पैशालाही आपल्या जीवनामध्ये योग्य स्थान द्या. त्याला कमीही समजू नका आणि खूप महत्त्वाचेही मानू नका. पैशांचा उपयोग आपण करायचा असतो, पैशाला आपला उपयोग करू द्यायचा नाही. यासाठी, आधी पैशाबाबत १३ मान्यता समजावून घेऊ या.

भाग - ६

पैशाबाबत तेरा मान्यता

पैशाचा अहंकार बाळगू नका

ज्याच्याकडे ज्ञान, समज, मित्र, सगेसोयरे आणि कला नाही,
केवळ पैसा आहे, तो मनुष्य अत्यंत दरिद्री आहे.

माणसाचं मन म्हणजे अनेक मान्यतांनी भरलेला एक घडा आहे. काही वेळा सत्य दिसूनही ते त्यावर विश्वास ठेवत नाही, तर अनेकदा विचार न करताच काही गोष्टी खऱ्या समजून बसतं.

मनाच्या या घड्यामध्ये पैशाबाबत तेरा मान्यता आहेत. यावर एक नजर टाकून, या मान्यतांवर मनन करून त्यांच्यामागे दडलेलं सत्य जाणून घेऊ या.

पैशाबाबत तेरा मान्यता :

१. पैसा कमवणं फार अवघड असतं.
२. लोक पैसे घेतल्यावर ते परत करत नाहीत.
३. पैसा म्हणजे हातचा मळ.
४. जितका जास्त पैसा, तितक्या अधिक समस्या.

५. पैसा सैतान आहे... पैसा भगवान आहे.

६. पैसा येतो, पण थांबत नाही.

७. लक्ष्मीपूजनाच्या दिवशी कुणाला पैसे देऊ नयेत.

८. पैसा येताच मित्र शत्रू बनतात.

९. जास्त पैसा कमावणारे लोक श्रीमंत असतात.

१०. तळहात खाजत असेल, तर पैसा येतो.

११. पैसा, आनंद, वेळ या गोष्टी कमी असतात, त्या कुणाला देता येत नाहीत.

१२. सर्वाधिक पैसा बाळगणारा मनुष्य तुलनेनं कमी आध्यात्मिक असतो.

१३. पैशानं सगळं काही विकत घेता येतं.

वरील मान्यतांपैकी तुमच्या मनात कोणत्या मान्यता घट्ट रुजलेल्या आहेत? त्या सगळ्या मान्यता नाहीशा झाल्या, तरच तुम्ही खऱ्या अर्थानं श्रीमंत होऊ शकाल.

पैशाने सगळं काही विकत घेता येत नाही. ज्याच्याकडे फक्त पैसा आहे तो सर्वांत गरीब माणूस आहे. कारण प्रेम, खरा आनंद आणि समाधान ही धनसंपदा आत्मविकासानेच प्राप्त होतात. त्या विकत मिळत नाहीत. म्हणून ज्या माणसाकडे या गोष्टी नसून फक्त पैसा आहे, तो अत्यंत दरिद्री असतो. जीवनामध्ये प्रेम, वेळ, एकाग्रता, ज्ञान यांसारखी दौलत ज्याला विकत घेता येत नाही, तो खजिना आपल्याला प्राप्त करायचा आहे.

पैशाबाबत लोकांच्या अनेक मान्यता असतात. ज्या गोष्टी तुम्ही गृहीत धरता, त्यांचे पुरावे तुम्हाला मिळत राहतात आणि जसजसे पुरावे मिळत जातात, तसतशी तुमची मान्यता आणखी दृढ होत जाते. मग आणखी मोठे पुरावे मिळून ती मान्यता अधिकाधिक गहिरी होत जाते. निसर्गाचा हा एक मजेशीर नियम आहे. अखेर ही मान्यता इतकी पक्की होते, की पैसा जरी येत असला, तरी त्यासोबत समस्याही येत राहतात. असं हे दुष्टचक्र चालूच असतं. काही लोकांची समस्या अशी असते, की त्यांच्याकडे पैसा तर येतो, पण तो टिकत नाही. आल्यापावली परत जातो.

आता या मान्यतेमागचं खरं कारण समजून घेऊ या. माणसाच्या कमी वा जास्त उत्पन्नावरून तो गरीब वा श्रीमंत असल्याचं कधीही अनुमान लावू नका. खूप पैसे

मिळवणारा मनुष्य बचत न करता सगळा पैसा खर्च करून टाकत असेल, तर तो गरीब असतो. पण कमी उत्पन्न असलेला मनुष्य जर आपल्या मिळकतीपैकी दहा टक्के पैसे वाचवत असेल, तर उत्पन्न कमी असूनही तो श्रीमंत असतो. जास्त कमाई, जास्त पैसा, ही केवळ एक मान्यता आहे. पैशांची बचत करू शकणारा मनुष्यच खरा श्रीमंत असतो.

जास्त पैसा, कमी आध्यात्मिकता, ही आणखी एक मान्यता. याचाच अर्थ जो मनुष्य जास्त पैसे कमावतो, त्याचं लक्ष अध्यात्माकडे नसतं. तो विचार करतो, मी जर अध्यात्माकडे लक्ष देत बसलो, तर माझा पैसा कमी होईल. पण हे वास्तव नाही. अध्यात्माची खरी समज असेल, तर तुम्ही पैशाचा योग्य उपयोग करायला शिकाल, पैशाचा आदर कराल. त्याच्या मार्गात अडथळे निर्माण करणार नाही तसेच मालकीची भावना आणि आसक्तीपासूनही मुक्त व्हाल. खरं अध्यात्म जाणल्यावर तुम्ही पैशाचे पहारेकरी नव्हे, स्वामी बनाल.

पैसा येताच मित्रही शत्रू बनतात, संबंध बिघडतात, अशीही एक मान्यता लोकांच्या मनात असते. पण वास्तव असं आहे, की अज्ञानी मनुष्य हाती पैसा आल्यावर तो सांभाळू शकत नाही. त्याच्या हातून चुका व्हायला लागतात. त्यामुळे तो आपले मित्र, नातेसंबंध सांभाळू शकत नाही. इथे समस्या पैसा नसून, त्यासंबंधीचं प्रशिक्षण नसणं ही आहे. प्रत्येक वेळी दोष पैशातच नसतो. ते तर निव्वळ एक यंत्र असून, ते चालवण्यासाठी प्रशिक्षण घेणं आवश्यक असतं.

पैसा म्हणजे देव... पैसा म्हणजे सैतान... पैसा म्हणजे हातचा मळ... या सगळ्या चुकीच्या धारणा आहेत. अर्धवट ज्ञानापोटी या धारणा सगळीकडे पसरल्या आहेत.

पैसा हा मार्ग आहे, अंतिम ध्येय नव्हे, ही समज संपूर्ण ज्ञानामुळे प्राप्त होते. तिच्या साहाय्याने आपल्याला ध्येयापर्यंत पोहोचायचं आहे. तुमच्या जीवनात पैसा हा मार्ग आहे की अंतिम ध्येय, याबद्दल क्षणभर विचार करा. पैसा हा मार्ग आहे, असा विचार म्हणजे पैशाचा उपयोग करून इप्सित स्थळी पोहोचणं होय. पैसा हे अंतिम ध्येय आहे असं मानणं म्हणजे, पैसा कमवणं हाच आपला अंतिम उद्देश असणं.

अत्यंत प्रामाणिकपणे स्वतःलाच विचारा, 'आपलं लक्ष्य काय आहे?' पैसा हा मार्ग आहे, अंतिम ध्येय नव्हे, असं ज्यांना वाटत असेल, त्यांनी आपल्या अंतिम ध्येयाच्या दृष्टीनं निश्चितच कार्य करावं. पण ज्यांना अद्याप हे स्पष्ट झालेलं नाही, त्यांनीदेखील यावर अवश्य विचार करावा. कारण तुमच्या जीवनातला हा एक महत्त्वाचा निर्णय असेल.

तळहात खाजत असेल, तर पैसा येतो अशी काहीजणांची मान्यता असते. तसं पाहिलं तर आपली ९० टक्के कामं आपण हातांचा वापर करून करत असतो. त्यामुळे या मान्यतेचा अन्वयार्थ असा लावावा, की पैसा कमवण्याचा संबंध हातांशी, मेहनतीशी जोडला गेला आहे. हात जर रिकामे असतील, कामात गुंतलेले नसतील, तर हातात वेदना होतात. काहीतरी वाईट जाणीव होत राहते. त्यालाच खाज येणं असं म्हणतात. हाताला जर खाज सुटली, तर त्यांना लवकरात लवकर कुठल्यातरी कामाला सुरुवात करायची आहे, याचा अर्थ असा होतो. कारण काम केल्यावर साहजिकच पैसे मिळणार. म्हणून ही मान्यता तयार झाली आहे.

पूर्वीच्या काळी आधुनिक यंत्रे नसल्याने जास्तीतजास्त कामं हातांनी केली जायची. पण आजकाल यंत्रांमुळे हातांचा वापर कमी झाला आहे. खाज सुटण्यासारखी संवेदना कष्ट करणाऱ्या हातांनाच होत असते. जी मान्यता पूर्वी खरी मानली जाऊ शकत होती, ती आज कालबाह्य ठरली आहे. त्यामुळेच आपल्या मान्यता, पूर्वग्रह समजून घ्यायला हव्यात. त्यांना आपल्या गळ्याचा फास बनू देऊ नका.

वास्तविक पैसा अजिबात वाईट नाही. जसं, स्वयंपाकघरातली सुरी चांगली की वाईट, याचा विचार आपण कधी करतो का? भाजी, फळं वगैरे कापण्यासाठी तिचा वापर करतो आणि काम झाल्यावर ती बाजूला ठेवून देतो. ती खिशात ठेवून आपण फिरत नाही अथवा तिला आपल्या स्वयंपाकघरातील कचराही समजत नाही. पण तीच सुरी जर चोरानं कुणावर चालवली, तर त्याच्यासाठी ती जेलमध्ये जाण्यास कारणीभूत ठरते.

वरील समजेनुसार पैशांचा वापर करा. पैसा म्हणजे देव, पैसा म्हणजे सैतान, पैसा म्हणजे हातचा मळ किंवा पैसा म्हणजे समस्या असं काहीही न समजता त्याचा फक्त योग्य उपयोग करायला शिका.

पैशाच्या बाबतीत मालकीची भावना किंवा आसक्ती निर्माण झाली, तर माणूस त्याचा गुलाम होतो. ही भावना दूर करायला हवी. ईश्वरासमोर उभं राहून माझं तन, मन, धन सगळं काही तुझं आहे, असं म्हणण्याचा अर्थच आपण आपली मालकीची भावना त्याला समर्पित करतोय असा होतो. या मालकीहक्काच्या भावनेमुळेच दुःख उत्पन्न होतं. आजपर्यंत पृथ्वीवर अनेकांनी राज्य केलं, पण त्या धन-दौलत वा खजिन्याचा मालक कुणीही बनू शकलं नाही. मालकीच्या आसक्तीपोटी माणूस अनेक दुःखं स्वतःवर ओढवून घेत असतो. त्याची ही भावनाच त्याच्या पैशाच्या चिंतेचं कारण

बनते. त्यामुळे तिच्यापासून मुक्त व्हायला हवं.

'हे माझं... हे तुझं... हा देश माझा... हा देश तुझा... हे माझं झाड... हे तुझं झाड' अशी मानवानं स्वतःवर घालून घेतलेली अनेक बंधनं नानाविध समस्यांना जन्म देतात. सतत असं म्हणत राहिल्याने सगळं काही भरपूर असूनही आपल्याला त्याची उणीव भासते. झाडाची सगळी फळं जरी वाटली, तरी कुणालाच कमी पडणार नाहीत इतकी ती भरपूर प्रमाणात असतात. मात्र, प्रत्येक गोष्टीबाबत मालकीची जी भावना माणसाच्या मनात वाढत चाललीय, ती दूर व्हायला हवी. परमेश्वरानं सगळं काही भरपूर निर्माण केलं आहे. आपण फक्त आपल्या गरजा ओळखायल्या हव्यात. आपापसात सर्व गोष्टी वाटून परस्परांच्या गरजा पूर्ण करून मिळून-मिसळून राहायला हवं.

पडल्यावर उठून सावरणं म्हणजे जीवन नाही,
तर सावरणं, उठणं आणि उठताना
काहीतरी घेऊन उठणं म्हणजे जीवन आहे.

भाग – ७

पैसा ही आवश्यकता असावी, इच्छा नव्हे

आ की इ

तुम्ही इतरांकडे पाहून तुमचे निर्णय घेत असाल, खरेदी करत असाल, तर दिवाळी म्हणजे तुमचं दिवाळं ठरू शकेल.

आपली 'आवश्यकता' पूर्ण करण्याऐवजी 'इच्छा' पूर्ण करण्याच्या मागे लागणं म्हणजे जीवनात दुःखाला आमंत्रण देणं होय. गरज आणि इच्छा या दोन अगदी भिन्न गोष्टी आहेत. पण माणूस आपल्या आवश्यकतेपेक्षा इच्छेलाच अधिक महत्त्व देतो. त्यामुळे त्याच्या वाट्याला दुःखच येतं. माणसाच्या अशा वागण्यामागे त्याची तुलना करण्याची वृत्ती दडलेली आहे. या वृत्तीरूपातला पोपट माणसाच्या मनात सतत एकच गोष्ट बोलत राहतो. ती म्हणजे, 'समोरच्या व्यक्तीकडे जे आहे ते माझ्याकडे का नाही?'

काही लोक निव्वळ इतरांशी तुलना करण्यातून वस्तू खरेदी करत असतात. त्या वस्तूंची त्यांना आवश्यकता असतेच असं नाही. अशा वेळी तुम्ही स्वतःला फक्त एकच प्रश्न विचारायला हवा, 'ही वस्तू माझी आवश्यकता, गरज आहे, की इच्छा?' गरज म्हणजे आवश्यकता, ज्याशिवाय पुढे जाणंच शक्य नाही, अशी एखादी गोष्ट.

इच्छेचा अर्थ, जी गोष्ट आवश्यकता म्हणून नाही तर आपल्या मनाला बरं

वाटण्यासाठी किंवा इतर कुणाकडे ती आहे, म्हणून खरेदी करावीशी वाटणे.

काहीतरी खरेदी करायला तेव्हा स्वतःला विचारा, 'आ की इ'? म्हणजेच आवश्यकता की इच्छा? या प्रश्नाचं उत्तर जर 'इ' असं आलं, तर लगेच दुसरा प्रश्न विचारा, 'माझ्या सगळ्या आवश्यकता पूर्ण झाल्या आहेत का? उदाहरणार्थ, मुलांना हव्या असलेल्या गोष्टी, पुस्तकं, कुटुंबातील कुणासाठी औषधं' इत्यादी. याचा अर्थ आपल्या इच्छा कधीच पूर्ण करायच्या नाहीत, असा नव्हे. तर आधी आपण स्वतःच्या गरजा पूर्ण करायच्या आहेत आणि मगच इच्छा.

अशाप्रकारे 'आ की इ?' हा एकच प्रश्न विचारल्याने तुमची पैशाबाबत असलेली निम्मी समस्या दूर होईल. नंतर तुमच्या हातून फक्त योग्य आणि आवश्यक असलेलीच खरेदी होईल. हे पाहून तुम्हाला स्वतःलाही आश्चर्य वाटेल.

कुणाची बरोबरी करण्यासाठी आपण खरेदी करतो आहोत, की गरज आहे म्हणून, हे नेहमी पडताळून पाहा. आवश्यक असेल ती वस्तू जरूर खरेदी करा, पण आवश्यकता नसेल, तर थोडं थांबून आणि 'आ की इ?' या सूत्राचा वापर अवश्य करा.

या सूत्राचा वापर करून आपल्या उच्च प्रतीच्या इच्छांचं छोट्या-छोट्या लालसांपासून आपल्याला रक्षण करायचं आहे. अन्यथा, सगळं आयुष्य उलटून गेल्यानंतरही लोक सांगतात, 'मला अमुक-अमुक उच्च गोष्टी करण्याची खूप इच्छा होती, पण कधी वेळच मिळाला नाही. त्यासाठी लागणारे पैसेही कधी शिलकीत पडले नाहीत.' मनुष्य काही वेळा मोठे त्यागदेखील सहजपणे करून जातो, पण लहान-सहान

वासना सोडण्यात मात्र अपयशी ठरतो. छोट्या इच्छांच्या मोहापायी तो आपल्या उच्च ध्येयांपासून वंचित राहतो.

इच्छा दोन प्रकारच्या असतात. एक, आपल्या अहंकाराची इच्छा आणि दुसरी 'स्व', 'सेल्फ'ची इच्छा. त्यांपैकी कोणती पूर्ण करायची, हे आपल्याला ठरवायचं आहे. त्यासंबंधी विचार करताना तुमचं अंदाजपत्रक, तुमचा संरक्षणमंत्री यांना पुढे केलं, तर तुमच्या पैशांच्या नऊ हिश्श्यांमध्ये तुम्ही ठरवलेल्या इच्छा पूर्ण करू शकाल. इतकंच नव्हे तर तुम्ही तुमचे सगळे आवश्यक, 'आ' प्रकारचे खर्च त्या नऊ हिश्श्यांमध्ये पूर्ण करू शकाल. जसं, वेळेचं नियोजन करणारे लोक उपलब्ध वेळेमध्ये सगळी कामं पूर्ण करू शकतात, तसंच उपलब्ध धनामध्येदेखील आपल्या आवश्यकता पूर्ण करणं शक्य असतं. आपल्याजवळ असलेला पैसा स्वतःच्या गरजांसाठी नेहमी भरपूर असतो. पण लालसेपोटी तो अपुरा वाटतो. कारण मोहाला कुठलीही मर्यादा नसते. 'आ की इ?' या सूत्राचा वापर केल्याने सुरुवातीला तुम्हाला थोडा त्रास होईल. पण लवकरच आपल्याकडून या गोष्टी होऊ लागल्याचं तुमच्या लक्षात येईल.

हे तंत्र माहीत असलेला तेजज्ञान फाउंडेशनचा एक विद्यार्थी परदेशातून भारतात परत येत होता. आता परदेशातून येणाऱ्या कुठल्याही व्यक्तीकडून तो म्युझिक सिस्टिम, कॅमेरा, कपडे असं खूप काही सामान आणेल अशी अपेक्षा असतेच. अमुक एक गोष्ट तिकडे स्वस्त मिळते... तमुक गोष्ट तर तो आणल्याशिवाय राहणारच नाही... असं त्याच्या कुटुंबीय, आप्तस्वकीय आणि मित्रांना वाटत असतं. पण हा विद्यार्थी भारतात परतण्यापूर्वी जेव्हा खरेदी करायला म्हणून बाहेर पडला, तेव्हा त्याला 'ही माझी आवश्यकता आहे की इच्छा?' हा प्रश्न आठवला. प्रत्येक खरेदीच्या वेळी त्या प्रश्नाचं उत्तर त्याला मिळत गेलं. सर्वांनी प्रामाणिकपणे जर स्वतःला हा प्रश्न विचारला, तर प्रत्येकाला त्याचं उत्तर मिळतं यात शंकाच नाही. पण 'आ की इ?' असं सारखं विचारत राहिल्याने केवळ निव्वळ इच्छा असलेली एकही वस्तू त्यानं खरेदी केली नाही. याशिवाय 'बरं झालं, त्यावेळी मी योग्य निर्णय घेतला,' या विचारानं तो आजही समाधानी आहे.

कुठलंही काम, कुठलीही खरेदी करण्यापूर्वी, स्वतःला विचारा, 'आ की इ?' ही एक छोटीशी सवय तुम्ही स्वतःला लावून घ्या. आवश्यकता असं उत्तर आलं, तर ते काम वा ती खरेदी अवश्य करा. पण ही आपली फक्त इच्छा आहे असं लक्षात आलं, तर लगेच थांबा. असं केल्याने तुम्ही स्वतःलाच शाबासकी द्याल. कारण अनावश्यक

वस्तूंची खरेदी तुम्ही टाळलेली असते.

आपला शेजारी घरात नवीन टी.व्ही. आणतो. त्याशिवायही अनेक गोष्टी तो खरेदी करतो. मग आपणही त्या वस्तू केवळ त्यानं घेतल्या म्हणून खरेदी करतो, की आपल्या सगळ्या गरजा खरोखर पूर्ण झाल्या आहेत म्हणून, असा प्रश्न स्वतःलाच प्रामाणिकपणे विचारा. तुम्हाला नक्की उत्तर मिळेल. कदाचित, शेजाऱ्याच्या सगळ्या गरजा पूर्ण झाल्याने आता तो स्वतःच्या इच्छा पूर्ण करत असावा. पण तुमच्या गरजा पूर्ण झाल्या आहेत का, याचा विचार तुम्ही अवश्य करायला हवा. तुलना करणाऱ्या मनरूपी पोपटाला शांत बसण्यास शिकवा. 'आ की इ?' या प्रश्नामुळे तो गप्प राहायला शिकतो.

हा छोटासा पण साधा प्रश्न आपल्याला जागृत करू शकतो. तुम्ही असमंजसपणानं निर्णय घेता कामा नये. इतरांकडे पाहून जर तुम्ही तुमचे निर्णय घेत असाल, खरेदी करत असाल, तर दिवाळी म्हणजे तुमचं दिवाळं ठरू शकेल. इतर लोक काहीही करोत, मात्र असं तुम्ही करता कामा नये.

दिवाळीत आणि लग्नकार्यामध्ये लोक इतरांकडे पाहून, त्यांच्या सांगण्यावरून मागचा-पुढचा विचार न करता खरेदी करून टाकतात. नंतर मात्र त्यांच्यावर पश्चात्ताप करण्याची पाळी येते. 'आ की इ?' हा प्रश्न तुम्हाला अशा प्रसंगीदेखील जागृत करण्याचं कार्य करतो. गरजा आणि लालसा यांच्या दरम्यान पैशाचा प्रवाह कसा असावा, यासंबंधी माहिती असायला हवी.

प्रत्येक गोष्टीबाबत मालकीची जी भावना माणसाच्या मनात वाढत चालली आहे, ती सर्वप्रथम दूर व्हायला हवी. परमेश्वरानं जगात सगळं भरपूर निर्माण केलंय. आपण फक्त आपल्या गरजा ओळखायला हव्यात.

रक्त आणि पैसा समानधर्मी आहेत.
दोन्हीही वाहतं राहणं आवश्यक आहे.

भाग - ८

पैसा प्रवाही असावा

एका हातानं द्या, दुसऱ्या हातानं घ्या

देवाण-घेवाण करण्याचा पैसा हा एक सोपा मार्ग आहे.
एका हातानं द्या आणि दुसऱ्या हातानं घ्या.

काही लोक आपला पैसा दडवून, लपवून ठेवतात, त्याबाबतीत विचार करण्यासाठी ते असमर्थ ठरतात. मग त्यांच्या जीवनामध्ये पैशांचा प्रवाह थांबून राहतो. असा साठवलेला पैसा साचलेल्या पाण्यासारखाच दुर्गंधीयुक्त होऊन जातो. पाणी जोपर्यंत प्रवाही असतं, तोपर्यंत त्याला दुर्गंधी येत नाही. पण प्रवाह नसलेलं, खड्ड्यात साचणारं पाणी दूषित होतं.

पैसा प्रवाही असतो, तेव्हाच तो ताजा, फ्रेश राहतो. पैसा प्रवाही असण्याचा अर्थ तो कुठेतरी खर्च होत राहणं नव्हे, तर अशा ठिकाणी खर्च होणं, जिथं तो वाढेल. विकास होत असताना पैसा आपोआपच वाढत राहतो आणि अशा प्रकारे पैशाच्या प्रवाहाचं चक्र पूर्ण होतं.

तुम्ही जी गोष्ट देता, ती वाढून परत तुमच्याकडे येते, हा सृष्टीचा नियम आहे, तेव्हाच त्या गोष्टीचं चक्र पूर्ण होतं. तद्वतच पैसा प्रवाही होणं म्हणजे गेलेला पैसा परत न

येणं असा नसून, तो वाढून आपल्याकडे परत येणं होय.

हा नियम प्रत्येक क्षेत्राला लागू पडतो. आजवर तुम्ही जे काही देत आला आहात, ते सगळं तुमच्याकडे परत आलं असल्याचं तुम्हाला आढळेल. तुम्ही कुणाबद्दल चांगलं बोलला असाल, तर त्याच्या बदल्यात तुम्हाला चांगलेच शब्द ऐकायला मिळाले असतील. इतरांना तुम्ही आपलं प्रेम दिलं, तेव्हा त्याबदल्यात तुम्हालाही प्रेमच मिळालं आहे. तुम्ही कुणाला मदत केलीत, तर तुम्हालाही कुणी मदत केली आहे. कुणासाठी तुम्ही प्रार्थना केलीत, तर त्याचं फळ तुम्हालाही मिळालं आहे. त्याचप्रमाणे एखाद्याने जर कुणाला अपशब्द ऐकवले असतील, तर त्यालाही अपशब्द ऐकायला मिळाले असतील. निसर्गाचा हा अलिखित नियमच आहे, की जी गोष्ट आपण देतो ती वाढूनच आपल्याजवळ पुन्हा येते. जसं, एको पॉइंट - प्रतिध्वनी येण्याचं स्थान - लोक जे काही बोलतात त्याचा प्रतिध्वनी त्यांना ऐकू येतो. बूमरँग नावाचं हत्यार, ते फेकणाऱ्याकडेच परत येतं. तसंच जीवनाचंही असतं. तुम्ही जे द्याल, तेच तुम्हाला परत मिळेल. तुम्ही जेव्हा इतरांना शुभ विचार - हॅपी थॉट्स - देता, तेव्हा तसेच विचार परतून तुमच्याकडे येतात आणि हे वास्तव आहे. तुम्ही त्यावर विश्वास ठेवा वा ठेवू नका, कारण सृष्टीचे नियम कुणाच्या मानण्या न मानण्यावर अवलंबून नसतात, ते सत्य असतात.

पैसा कमावताना, मेहनत करत असताना नुसते पळत राहू नका, जागे व्हा. प्रत्येक गोष्ट आपणहोऊन तुमच्याकडे येत असते. पण तुम्ही अशा येणाऱ्या गोष्टींबद्दल जागरूक नव्हता, म्हणून त्या तुमच्यापर्यंत पोहोचल्याच नाहीत. आता जागृत व्हा आणि आळस झटका. जागृत झाल्यावरच तुम्हाला कळेल, अनेक छोट्या-छोट्या गोष्टींकडे तुम्ही दुर्लक्ष केल्याने पैशांची समस्या तुम्हाला सतावत राहिली. खर्चाचं अंदाजपत्रक बनवणं, कमाईतला एक हिस्सा स्वतःसाठी राखून ठेवणं, 'आ की इ?' हा प्रश्न विचारणं, पैशाच्या प्रवाही असण्याचा नियम पाळणं, या सगळ्या गोष्टींचं तुम्ही पालन केलंत, तर पैशांची समस्या दूर होईल.

आता पैशाच्या प्रवाही असण्याच्या परिणामकारकतेचं एक उदाहरण पाहू या.

एक बाजारपेठ होती. त्यात विविध प्रकारची दुकानं होती. दुकानदार रोज वेळेवर येऊन आपापली दुकानं उघडून बसत असत. एकदा एकही गिऱ्हाईक त्या बाजारात फिरकलं नाही. दुकानदार एकमेकांची तोंडं पाहत बसून होते. आता काय करावं, कुणाला काही सुचत नव्हतं. अचानक एका दुकानदाराला कल्पना सुचली. तो उठून दुसऱ्या

दुकानात गेला आणि त्यानं स्वतःसाठी काही खरेदी केली. त्या दुसऱ्या दुकानदाराच्या वस्तू विकल्या गेल्या. मग त्यालाही आपल्या घरासाठी आपण काहीतरी खरेदी करायला हवी, असं वाटल्याने तो उठून तिसऱ्या दुकानात गेला. त्यानं तिथं आपली खरेदी केली. अशा प्रकारे सगळ्यांनीच परस्परांकडून काही ना काही तरी खरेदी केली. गिऱ्हाईक न येताही पैशांची देवाण-घेवाण झाल्यामुळे पैसा प्रवाही झाला आणि त्या प्रवाहाचं वर्तुळ पूर्ण झाल्यामुळे प्रत्येक दुकानदार आनंदित झाला.

समाजाच्या बाबतीतही असंच घडतं. ज्या समाजात पैसा साठवला जातो, साचून राहतो, त्या समाजाची प्रगती खुंटते. पण ज्या समाजामध्ये पैसा खेळत राहतो, प्रवाही राहतो तो समाज विकसित होतो. हा नियम ज्या लोकांना माहीत असतो, ते पैशाचा योग्य उपयोग करून घेतात. पण ज्यांना हा नियम माहीत नसतो, ते लोक मात्र आयुष्यभर पैशाच्या काळजीमुळे त्याचे रखवालदार बनूनच जगतात.

काही लोक पैशाचे स्वामी असतात,
तर काही लोकांचा स्वामी पैसा असतो.

भाग – ९

पैशाचे स्वामी बना, रखवालदार नको
जीवनाचा धनी कोण

जो देऊ शकतो, तोच मालक असतो.
जो देऊ शकत नाही, तो केवळ
रखवालदाराचं काम करतो.

काही लोक पैशाचे स्वामी असतात, मालक असतात, तर काही लोकांचा स्वामी पैसा असतो. बैलाच्या गळ्यात दोरी बांधून त्याला ओढून नेणारा मनुष्य त्या बैलाचा मालक असतो की गुलाम? बैलाच्या गळ्यातली दोरी तोडून बघा, तुम्हाला उत्तर मिळेल. दोरी तोडल्यावर बैल माणसाच्या मागे पळतो, की माणूस बैलाच्या?

एकदा एका राजाला खबर मिळाली, त्याच्या राज्यामध्ये एक महाकंजूष मनुष्य राहतो. मग राजानं दवंडी पिटवली. राज्यातील सगळ्यात कंजूष माणसाला राजाची अर्धी संपत्ती बक्षीस म्हणून देण्यात येईल. मग त्या महाकंजूष माणसानंही या स्पर्धेत भाग घ्यायचं ठरवलं आणि विशेष म्हणजे तो ती स्पर्धा जिंकलादेखील. राजानं त्याला बोलावून सांगितलं, 'आजपासून माझी अर्धी संपत्ती तुझी. पण एवढी संपत्ती जर तू तुझ्या घरी नेलीस, तर त्यासाठी तुला नवी जागा घ्यावी लागेल व खूप खर्चही होईल. त्यापेक्षा तूच तुझ्याकडचं सगळं धन घेऊन ये. ते शाही खजिन्यात ठेव आणि त्याचं रक्षणही तूच

कर. माझ्या वाट्याची रक्कम मी लागेल तशी घेत जाईन. अशा प्रकारे तुला खजिना ठेवायला आयतीच जागा मिळेल.' हे ऐकून तो महाकंजूष मनुष्य खूप खूश झाला. त्यानं आपली सगळी संपत्ती शाही खजिन्यात आणून ठेवली.

प्रधानानं राजाला जेव्हा या कृतीचा अर्थ विचारला, तेव्हा राजानं त्याला आपला हेतू सांगितला, 'मी त्याला पूर्ण शाही खजिनाच सुपूर्द केला आहे आणि गरज असेल तेव्हा माझ्या अर्ध्या हिश्श्यातलं धन घेत जाईल असं त्याला सांगितलं, कारण तसाही हा मनुष्य अजून किती दिवस जगणार आहे? शिवाय आपल्यालाही एक चांगला रखवालदार हवा होता. हा मनुष्य त्यासाठी अत्यंत योग्य असून, तो त्यातला एक पैसाही खर्च करणार नाही. मी त्याला माझी अर्धी संपत्ती देऊन टाकलीय असं वाटत असलं, तरी तसं नाहीये. उलट आपल्याला एक फुकटचा रखवालदार मिळाला आहे. शिवाय त्याला पगार देण्याचीही गरज नाही. एरवी आपल्याला खजिन्याचं रक्षण करण्यासाठी एक चौकीदार नेमावा लागला असता. त्याला पगार द्यावा लागला असता आणि वर त्याची नियत बिघडू नये, यासाठी त्याच्यावर लक्ष ठेवण्याकरिता आणखी एक अधिकारीही नेमावा लागला असता. या माणसाच्या बाबतीत नियत बिघडण्याचा प्रश्नच येत नाही. बिचारा रात्रभर जागा राहतो. शिवाय चोरांपासून सावध राहण्यासाठी खडा पहाराही ठेवतो. आता यापेक्षा चांगला रखवालदार आपल्याला मिळेल का?'

याचाच अर्थ, जो मालक असतो, तोच देऊ शकतो. चौकीदार फक्त रखवालीचं काम करत असतो, हे या गोष्टीवरून लक्षात येतं. तुम्हाला जर कुणी त्याचं पेन ठेवायला दिलं तर, ते पेन तुम्ही इतरांना देत नाही; कारण त्या पेनचे मालक तुम्ही नसता. तुम्ही फक्त तुमचं स्वतःचंच पेन इतर कुणाला देऊ शकता. म्हणजेच जो देऊ शकतो, तोच मालक असतो, जो देऊ शकत नाही, तो रखवालदाराचं काम करतो.

तुम्ही तुमच्या जीवनाचे स्वामी आहात की रखवालदार? इतरांसाठी जे जीवन जगलं जातं, त्याचं स्वामित्व तुमच्याकडे असतं. इतरांना तुम्ही जे देता, त्यातून विकास घडतो. इतरांकडून तुम्ही जे घेता, त्यातून फक्त उदरनिर्वाह चालतो.'

'इतरांना तुम्ही जे देता, त्यातून तुमचा लाभ होतो,' हा पैशासंबंधी प्रकृतीचा एक महान नियम आहे. हा फायदा आपल्या विकासाशी संबंधित असतो. आपण जो वेळ, पैसा, मदत, अन्न, प्रेम, प्रशंसा, ज्ञान, ध्यान इतरांना देतो, त्यातून आपला विकास घडून येत असतो.

आपण जेव्हा काही घेतो तेव्हा आपला विकास होतो, असा तर्क मनुष्य लावत

असतो. पण सृष्टीचा नियम मात्र अगदी याच्याविरुद्ध आहे. हा नियम प्रथमदर्शनी अतार्किक वाटतो, बुद्धीला पटत नाही. परंतु या नियमानुसार वागल्यावर आपल्या लक्षात येतं, खरोखर हे असंच असतं. अजाणतेपणाने या नियमानुसार आपण अधून-मधून वागतही असतो. आजवर आपण जे काही देत आलो आहोत, त्यातूनच आपला शारीरिक, मानसिक, सामाजिक, आर्थिक आणि आध्यात्मिक विकास झालेला आहे. 'नियतीनं तुमच्याजवळ जी ठेव दिलीय, त्यातूनच तुम्ही देत असता,' आणि हा निसर्गनियम आहे. तुम्ही तुमच्याजवळची एखादी गोष्ट कुणाला देता, तेव्हा ती अनेक पटींनी वाढून परत तुमच्याकडे येते.

संपत्ती ही केवळ पैशांसंबंधी नसते. कारण पैसा मिळवल्यानं कुणी श्रीमंत होऊ शकत नाही. पैशाच्या श्रीमंतीव्यतिरिक्त प्रेम, ध्यान, धाडसीपणा, निर्भयता आणि आरोग्य यांचीदेखील श्रीमंती असते. या विविध प्रकारच्या समृद्धीचं दान मनुष्याला मिळालेलं आहे. परंतु प्रेम, ध्यान, वेळ आणि धैर्याची संपत्ती न मिळवता मनुष्य फक्त पैशांच्याच मागे धावत राहिला, त्यालाच आपलं ध्येय मानत राहिला, तर आयुष्याच्या अखेरीस त्याला पश्चात्तापाच्या अग्नीत जळत राहावं लागतं. त्यामुळे आजपासून आपण पैसे कमावण्याबरोबरच प्रेमाचं गाठोडं, ध्यानाची दौलत, वेळेची समृद्धी, निर्भयतेचं धन आणि आरोग्याच्या मोहरा मिळवण्याचं रहस्य जाणून समृद्ध होऊ या.

पैसा आपल्या जीवनात कसा यायला हवा, हे पैशासंबंधीचा सृष्टीचा नियम स्पष्टपणे सांगतो. या नियमाचं पालन केल्यास आपल्या जीवनात भरपूर पैसा येईल आणि आपला संपूर्ण विकास घडून येईल.

या नियमानुसार आपल्याजवळ देण्यासारखं काय आहे यावर विचार केला, तर लक्षात येईल, प्रेम, वेळ, ध्यान, पैसा आणि देण्याची वृत्ती आपल्याकडे आहे. तेव्हा जितक्या जास्त या गोष्टी आपल्याकडे असतील, तितक्या त्या वाटून टाकायच्या आहेत. त्यातून अधिक प्रमाणात परत मिळवून पुन्हा वाटायच्या आहेत. अशा प्रकारे आपल्याला आपल्या जीवनामध्ये समृद्धीची अभिव्यक्ती करायची आहे.

यासाठी सर्वप्रथम नियतीनं आपल्याकडे काय दिलंय, याचा शोध घेणं आवश्यक आहे. त्याचबरोबर आपल्याला काय द्यायचं आहे? कुणाला द्यायचं आहे? आपण कोण आहोत? देणारा कोण आहे? अशा प्रश्नांचीही उत्तरं मिळवायची आहेत.

आपल्या जीवनात ज्या काही गोष्टी येताहेत, त्यांचं प्रतीक म्हणजे पैसा. पैशामुळे देवाण-घेवाण सुलभ होते. पूर्वी लोक गव्हाच्या बदल्यात तांदूळ असा व्यवहार करत

असत. त्यासाठी धान्याची पोती पाठीवर घेऊन फिरत असत. आज धान्याऐवजी लोक पैसे खिशात घेऊन फिरतात. त्यामुळे व्यवहार अधिक सुटसुटीत झाले आहेत. व्यवहार सोपे, सोयीस्कर आणि सुटसुटीत करणं हेच पैशाचं काम आहे, पण लोक पैशाची ही ओळख विसरून त्यालाच आपलं ध्येय मानून बसले आहेत.

आता पुन्हा एकदा पैशाची समज प्राप्त करण्याची आणि या महत्त्वाच्या नियमाचं पालन करून स्वतःचा तसंच इतरांचा विकास साधण्याची वेळ आली आहे.

प्रकृतीचा हा नियम सखोलपणे जाणून घेतल्यानंतर, कुणी जर तुम्हाला काही मागितलं तर तुम्ही ते सहजपणे त्याला देऊ शकाल. मग ते पैशाचं असो, श्रमाचं दान, योगदान असो, प्रेमाचं दान अथवा लक्ष देण्याचे दान असो. ही सगळी दानं मनुष्याला समाधान देणारी असतात.

तुम्ही जर अंदाजपत्रक तयार करून ते लिहून काढलं, तर पैशांचं दानही सहजपणे देऊ शकाल. अंदाजपत्रक आपला संरक्षणमंत्री आहे. तो आपल्या उच्च इच्छांना तुच्छ इच्छांपासून वाचवतो. तुम्ही एक जादूची पेटी (magic box) तयार करून त्याचा उपयोग केल्याने पैशाचं दान देणं तुम्हाला सहजसाध्य होईल.

समृद्धीच्या या कार्यात आपण सतत आणि निष्ठेनं मग्न राहायला हवं. त्या कार्याला बचतीचं खत-पाणी घालत राहायला हवं. म्हणजे मग लवकरच त्यातून समृद्धीचा महावृक्ष उभा राहील, ज्याच्या छायेत आपण ध्यान, आनंद आणि आराम मिळवून इतरांच्या समृद्धीसाठीही प्रेरणा बनू शकाल.

'थेंबे थेंबे तळे साचे...'
त्यामुळे लहान बचतीला कधीही कमी लेखू नका.

भाग - १०

पैशाच्या मार्गात अडथळे निर्माण करु नका

रक्त आणि पैसा

तुम्हाला जर श्रीमंत बनायचं असेल
पण तुम्ही धनिकांचा तिरस्कार
करत असाल तर, श्रीमंत कसे व्हाल?

पैसा प्रवाही राहण्यामधील सगळ्यांत मोठा अडथळा म्हणजे पैशाची चिंता करणं. पैशाच्या चिंतनाचं चिंतेमध्ये रूपांतर होतं, तेव्हा ती चिंता आपल्याकडे येऊ पाहणाऱ्या पैशांच्या मार्गातला अडसर ठरते, बाधा बनते.

पैशाचं प्रवाही असणं जितकं आवश्यक असतं, तितकाच ब्लॉक, क्लॉट किंवा साचलेला पैसा हानिकारक असतो. आपल्या शरीरात रक्ताभिसरण होतं, तेव्हा आपलं रक्त शुद्ध होत असतं. पण रक्तात जर गाठी निर्माण झाल्या, तर रक्ताभिसरणाला अडथळा निर्माण होऊन त्याचा परिणाम सगळ्या शरीरावर होतो. त्यामुळे अनेक रोगांबरोबरच हृदयविकारही उद्‌भवतो.

पैशाचंही असंच असतं. पैशाच्या प्रवाहात एक जरी खडा (अडथळा) आला तरी त्याचा प्रवाह खंडित होतो. याचाच अर्थ रक्त आणि पैसा समानधर्मी आहेत. म्हणून दोन्ही वाहतं राहणं आवश्यक असतं. कंजूष मनुष्य पैशाचा प्रवाह अडवणाऱ्या

गाठीसारखा असतो. प्रवाह थांबवण्याचं काम तो करतो.

एक माणूस विविधभारतीवर गाणी ऐकत होता. त्याचवेळी त्याचा मित्र आला आणि त्याने रेडिओचा काटा थोडासा हलवला. परिणामी कोणालाच गाणी ऐकायला मिळाली नाहीत. कारण त्याने ट्युनिंग बिघडवलं होतं. पैशाच्या बाबतीतही असंच घडतं. पैसा तर प्रत्येकाकडे येत असतो. पण जेव्हा कोणी त्याचं ट्युनिंग बिघडवतो, तेव्हा तो खंडित होतो. यासाठी पैशाचा प्रवाह कधीही खंडित होता कामा नये.

पैशाच्या प्रवाहात अडथळे कसे निर्माण केले जातात, ते खालील उदाहरणांवरून समजून घेऊ या.

१. एक मनुष्य आपल्या मित्राला म्हणाला, 'आज मी एका दुकानात गेलो होतो आणि खरेदी झाल्यावर दुकानदाराला ५० रुपयांची नोट दिली. पण दुकानदाराला वाटलं मी १००ची नोट दिली. त्यानं मला ४० रुपयांच्या वस्तूबरोबर ६० रुपयेही परत केले. मग त्याला त्याची चूक उमगण्यापूर्वीच मी तिथून निघून आलो.'

२. बसनं प्रवास करणाऱ्या एका माणसानं सांगितलं, 'कंडक्टर तिकिटासाठी माझ्यापर्यंत पोहोचण्याआधीच माझं उतरण्याचं ठिकाण आलं आणि मी तिकीट न काढताच उतरून गेलो, त्यामुळे माझे चक्क तीन रुपये वाचले.' अशा प्रकारे या मनुष्यानं त्या तीन रुपयांचा अडथळा आपल्या जीवनात टाकला. आता ते ३ रुपये त्याचे ३० रुपये थांबवेल, ३,००० रुपये थांबवेल, की ३०,००० हे त्याला माहीत नाही. अशा प्रकारे छोटासा अडथळादेखील मोठा अडसर निर्माण करू शकतो.

३. एक मनुष्य खुशीत येऊन आपल्या मित्राला सांगतो, 'काल मी सिनेमा पाहायला गेलो, तेव्हा खिडकीवरच्या माणसानं मला चुकून २ तिकिटं दिली. मग मी त्यातलं एक ब्लॅकमध्ये विकून टाकलं. त्यामुळे मला सिनेमा तर फुकटात पाहायला मिळालाय, पण त्याचबरोबर वडा-पाव आणि चहाचीही चंगळ झाली.'

४. एका मनुष्याला व्यवसायामध्ये एकदा खूप मोठं नुकसान झालं. त्यामुळे त्याच्यावर लाखो रुपयांचं कर्ज झालं. मग तो वकीलाकडे गेला, तेव्हा त्याच्या वकिलानं त्याला सल्ला दिला, 'तू मला ५०,००० रुपये दिलेस तर

मी तुझ्यावतीनं केस लढेन आणि सगळ्या कर्जामधून तुला मुक्त करेन.' त्यावर त्या माणसानं आपल्या वकिलाला सांगितलं, 'नाही, मी असं कदापि करणार नाही. मी लोकांकडून पैसे घेतले आहेत, त्यामुळे ते मी काही झाले तरी त्यांना परत करणारच. तुम्हाला ५०,००० रुपये देऊन त्यातून मुक्त होऊ शकतो. पण लोकांकडून मी पैसे घेतलेले आहेत हे वास्तव आहे. शिवाय मला पैशाच्या प्रवाहात अडथळा निर्माण करण्याची अजिबात इच्छा नाही.' पुढे जाऊन तो मनुष्य आपली सगळी देणी फेडू शकला. याचं कारण त्याला पैशाविषयी समज होती.

५. एका विद्यार्थ्यानं आपली पैशाची समस्या सांगितली, 'काही महिन्यांपूर्वी मी माझ्या एका मित्राला २०,००० रुपयांची मदत केली. परंतु आज जेव्हा मी त्याला माझे पैसे परत मागितले तेव्हा तो ते देत नाही. चार महिन्यांपासून मी रोज त्याच्या घरी खेटे घालतो आहे. पण तो मात्र माझे पैसे परत देण्याचे नावच घेत नाही.' तेव्हा त्याला असं सांगण्यात आलं तुझ्या मित्राला वेगळ्या पद्धतीनं समजून सांगितलंस तर तुझी समस्या दूर होईल. त्याप्रमाणे त्यानं आपल्या मित्राला समजावलंही. पण तरी मित्राने पैसे दिले नाहीत. त्यासाठी बऱ्याच चकरा मारायला लावल्या. तेव्हा त्या विद्यार्थ्याला विचारण्यात आलं, 'तू कधी कुणाचे पैसे बुडवले आहेस का? नीट आठवून सांग.' त्यावर तो विचार करून म्हणाला, 'हो, एकदा मी एक कोर्स केला होता आणि त्याची पूर्ण फी

अजूनही भरली नाही.' तेव्हा त्याला सांगण्यात आलं, 'थोडे-थोडे करून फीचे पैसे भर. महिन्याला ५० रुपये शक्य असेल तर तेवढेच द्यायला सुरुवात कर.' पैसा दोन्ही बाजूंनी प्रवाही असणं आवश्यक असतं. एक छोटं पाऊलही चांगले परिणाम घडवून आणू शकतं. आपण जर कुणाचे पैसे थांबवले तर आपल्या पैशांच्या प्रवाहामध्येही अडथळे येतात.

अशा प्रकारे पुन्हा त्या विद्यार्थ्यानं क्लासचे पैसे भरायला सुरुवात केली आणि काय आश्चर्य! त्याच्या मित्रानंही त्याला सांगितलं, अमुक-अमुक तारखेला तो त्याचे सगळे पैसे परत करणार आहे!

अशा तऱ्हेनं पैशाच्या प्रवाहातला अडथळा दूर झाला. कारण त्या विद्यार्थ्यानं त्याच्याकडून एक छोटसं पाऊल उचललं. थांबवलेले पैसे त्यानं थोडे-थोडे करून परत द्यायला सुरुवात केली आणि त्याचा परिणामही लगेच पाहायला मिळाला. यावरून हे समजून घ्या, की आपण जेव्हा दुसऱ्यांचे पैसे अडवतो, तेव्हा आपले पैसेदेखील कुठेतरी अडकतात. निसर्गाची ही पद्धत असून ती कार्यरत असते यात शंकाच नाही.

आपण या नियमांनुसार वागून जीवनामध्ये पैशाच्या प्रवाहात अडथळे निर्माण करू नयेत. आपल्या हातून चुकून जरी असं काही होत असेल, तर ते त्वरित थांबवावं. एक छोटासा दगड जरी नळीत अडकला तरी त्यातला पाण्याचा प्रवाह कमी होतो. त्याचप्रमाणे येणाऱ्या पैशाचा ओघदेखील एखाद्या छोट्याशा अडथळ्यामुळे कमी होतो.

यासाठी पैसारूपी नळीतील सगळे लहान-सहान दगड काढून पैशाला योग्य प्रवाहाची दिशा, म्हणजेच ध्येय द्या.

पैशाला जेव्हा सत्याची जोड मिळते,
तेव्हा पैसा दैवी देणगी बनतो.
आध्यात्मिक मार्गामध्ये लक्ष्मीबद्दल (पैसा)
जे काही सांगितलं जातं, त्याचा अर्थ
फक्त पैसा नसून मूल ध्येयाचा
(आत्मसाक्षात्कार) मार्ग असा आहे.

भाग - ११

पैसा कमावण्याचं योग्य ध्येय ठरवा

ध्येय गाठण्याची चार पावलं

आपण आपल्या उद्दिष्टाच्या मर्यादा आखून घेत नाही, तोवर ते पूर्ण होत नाही.

पहिलं पाऊल : सकारात्मक ध्येय ठरवा

सर्वप्रथम स्वतःसाठी एक सकारात्मक ध्येय निश्चित करा. जसं, 'मी स्वतःचं घर घेण्याकरिता बचत करीन,' हे एक सकारात्मक ध्येय आहे. पण, 'मी पैसे खर्च करणार नाही,' हे एक नकारात्मक ध्येय ठरेल. जर सकारात्मकतेकडे आपलं लक्ष असेल, तर आपण अनावश्यक खर्च आपोआपच बंद करतो, कारण आपलं लक्ष आपल्या ध्येयाकडे एकाग्र असतं. परिणामी आपले अनावश्यक खर्च बंद झाले आहेत, हे आपल्या लक्षातही येत नाही.

दुसरं पाऊल : आपलं ध्येय गाठण्याची तारीख निश्चित करा

कुठलंही ध्येय गाठायचं असेल, तर त्यासाठी कालमर्यादा ठरवणं आवश्यक आहे; अन्यथा ते ध्येय, ध्येय ठरत नाही. एकदा अशी कालमर्यादा वा तारीख ठरवली, की ते पूर्ण होण्यावर लक्ष केंद्रित करायला हवं; अन्यथा आपण निराश होऊन आपलं ध्येय मध्येच सोडून देण्याची शक्यता जास्त असते. तारीख ठरवताना खूप दूरची आणि

ती निरर्थक न ठरण्याची काळजी घ्यायला हवी. 'मी मरण्यापूर्वी सगळ्या ऋणांमधून मुक्त होऊ इच्छितो,' अशी कालमर्यादा मूर्खपणाची ठरेल. कारण आपलं ध्येय गाठल्याचा आनंद आपल्याला उपभोगता येणार नाही.

तिसरं पाऊल : आपलं ध्येय लिहून काढा

आपलं ध्येय आपल्या डोळ्यांसमोर नसेल, तर ते कधीच पूर्ण होऊ शकणार नाही. ध्येय निश्चित केल्यानंतर ते लिहून बाथरूम, आरसा, फ्रिजचं दार, कारचं स्टीअरिंग आणि आपल्या कॉम्प्युटरवर चिकटवून ठेवायला हवं. अशा प्रकारे जर ते सतत आपल्या डोळ्यांसमोर असेल, तर आपण त्यावर सतत विचार करत राहाल.

चौथं पाऊल : आपल्या ध्येयावर एकाग्र व्हा

आपल्या ध्येयाची प्रतिमा सदैव आपल्यासमोर ठेवावी. तुम्हाला घर खरेदी करायचं असेल, तर एक छोटं घर तयार करा. घर, बाग, वास्तुरचना इत्यादी विषयांवरची मासिकं वाचा. तुमच्या जमिनीचा नकाशा स्वतः तयार करा. तुम्ही तुमच्या ध्येयामध्ये स्वतःला बुडवून टाका. म्हणजे वायफळ खर्च आपोआप बंद होतील. कारण त्यामुळे आपल्याला पैसे खर्च करायचे नाहीत, असं स्वतःला बजावण्याऐवजी ते काही विशिष्ट उद्देशानं खर्च करायचे आहेत याविषयी सजग राहाल.

तुम्ही जेव्हा तुमचं ध्येय पूर्ण कराल तेव्हा तुम्हाला काय लाभ होतील यावर विचार करा. त्यासाठी कोणता त्याग करावा लागणार आहे, यासंबंधीचे विचार करत बसू नका. ध्येयपूर्तीनंतर होणारा लाभ जर तुम्हाला समजला नाही, तर तुम्ही तुमचं ध्येय कसं पूर्ण करू शकाल? आणि समजा केलंही, तर ते कसं टिकवणार?

यासाठी वरील चारही पावलांचं स्मरण ठेवून त्यांचा अंगीकार केल्याने आपण आपल्या ऋणांमधून मुक्त होऊ शकाल. या भागात सांगितलेल्या योजना त्वरित अंमलात आणा.

आपलं ध्येय वा लक्ष्य ठरवण्यासाठी त्याला एक कालमर्यादा घालून ती तारीख लिहून ठेवा. तसंच तिचं स्मरण ठेवा. मग त्यासाठी लागणारा पैसा तुमच्याकडे कुठून येतो, हे तुम्हाला कळणारदेखील नाही, पण तो येणार हे निश्चित आहे.

तुमचं अंदाजपत्रक हा तुमचा संरक्षणमंत्री असतो.
तो तुमच्या उच्च इच्छांचं तुच्छ इच्छांपासून संरक्षण करतो.

भाग - १२

काय गेलं हे न बघता
काय मिळालं ते पाहा

पैशाबाबत नकारात्मक दृष्टिकोन ठेवू नका

तुम्ही जी गोष्ट देता ती
वाढून तुमच्याकडे परत येतेच.

'आज माझा इतका खर्च झाला... आज विनाकारण मला शंभर रुपये खर्चावे लागले... आज माझे २०० रुपये खर्च झाले... आज १,००० रुपये बोलता-बोलता संपले...' असं लोकांना बोलताना आपण नेहमी ऐकत असतो. बाजारात जाऊन खरेदी केल्यानंतर लोक कायम अशा तक्रारी करत असतात. वास्तविक, ही नकारात्मक विचारसरणी आहे. याचं कारण म्हणजे, हे लोक किती पैसे खर्च झाले हेच सांगतात, पण त्या बदल्यात त्यांनी काय-काय आणलं हे मात्र कधीच सांगत नाहीत. 'मी शर्ट आणला... सायकल घेतली... पर्स खरेदी केली... पुस्तकं विकत घेतली...' असं ते म्हणत नाहीत. आपला जर एखादा दात पडला, तर जीभ वारंवार त्याच जागी जात राहते. तसंच मनुष्यदेखील नेहमी गेलेल्या गोष्टीचा विचार, खंत, त्यासंबंधी चिंता करत राहतो. त्याला जे मिळालं वा त्याने जे आणलं आहे, त्याचा तो कधीही उल्लेख करत नाही. अशा नकारात्मक विचारसरणीमुळेच पैसा कमी होत जातो.

आपला पैसा खर्च होतो, तेव्हा काही ना काही आपल्याकडे येत असतं. मात्र

आपले नकारात्मक विचार थांबवायला हवेत. यासाठी मनुष्याने अर्धसत्य नव्हे तर नेहमी पूर्ण सत्य सांगायला हवं. असं अर्धसत्य सांगितल्यावर मनाला बरं वाटतं. कारण ते आपला अर्धा चेहरा लपवत असतं.

'माझ्या हातात पैसाच टिकत नाही, ५०० रुपयांची नोट मोडली, की लगेच संपूनही जाते,' अशा तक्रारी करणं सोडून त्याऐवजी, 'मी ५०० रुपयांचं पेट्रोल भरलं... कपडे घेतले...' असं सांगायला हवं. म्हणजे मग तुमचं ध्यान योग्य गोष्टींकडे राहील. याचा अर्थ, आपण पैशांबाबत नेहमी बेफिकीर राहून वायफळ खर्च करायचा असा होत नाही. पैशांचा अपव्यय आणि संचय यांच्यात सुवर्णमध्य साधून पैशाचा उपयोग करायला हवा.

यानंतर आपण कोणतीही वस्तू खरेदी करून आलात, तर स्वतःला अर्धसत्य न सांगता संपूर्ण सत्य सांगा. 'मी पैसे खर्च करून अमुक-अमुक वस्तू आणली,' असं पूर्ण सांगा. एखादा रिक्षेतून आल्यावर म्हणालो, 'माझे इतके पैसे खर्च झाले' तर त्याला सांगा, 'आधी असं सांगणं बंद कर. तू खर्च केलास हे खरं आहे, पण त्यामुळे तुझे किती कष्ट वाचले! बसच्या लांबलचक रांगेत उभं राहणं टळलं, उन्हाचा त्रास वाचला, वेळेत पोहोचता आलं. या सर्व गोष्टी पैशांमुळेच तर तू साध्य केल्या आहेस.'

तुम्ही १०० रुपयांचं पुस्तक विकत घेतलं तर 'माझे शंभर रुपये खर्च झाले,' असं न म्हणता, 'मी हे पुस्तक घेतलं,' असं म्हणायला हवं.

आपण आपल्या सुप्त मनाला जी माहिती पुरवतो तिच्या आधारे ते काम करतं. आपण जेव्हा हे गेलं... ते गेलं... असं म्हणतो, तेव्हा नकळत आपल्या अंतर्मनाला आपल्याकडून सगळं जातंय असंच सांगत असतो. त्यामुळे आपल्याला तशीच प्रचिती येते. पण जो मनुष्य, हे आलं... मला हे मिळालं... असं म्हणतो, तेव्हा त्याचं अंतर्मन तशा गोष्टी त्याच्याकडे आकर्षित करतं. अभाव आणि जाणे यांवरच आपण आपलं लक्ष केंद्रित केलं तर नियतीच्या नियमानुसार आपल्या जीवनात अभाव आणि क्षयाचाच भाव निर्माण होतो. म्हणून आपलं ध्यान नेहमी उदंडता, विपुलता यांवरच असायला हवं.

असे विचार म्हणजे पैशांशी निगडित भावनाच. कारण आपली समस्या प्रत्यक्षात पैशांची नसते तर त्याच्याशी निगडित असलेल्या भावनांची, विचारांची असते. पैशांच्या संबंधात हे गेलं... ते गेलं... अशी जी क्षयाची, हानीची भावना आपल्या मनात रुजलेली असते, त्यामुळे सगळं काही भरपूर असूनही आपल्याला पैशाची कमतरताच वाटत राहते. म्हणूनच खर्च केल्यावर त्यासंबंधी बोलताना त्यातून काय मिळालं हेही सांगायला हवं. असं केल्याने तुमच्या जीवनामध्ये भरपूर पैसा येत राहील.

भाग - १३

योग्य विचारांचा अभाव

आसक्तीची भावना हीच खरी समस्या

जगात पैशांची समस्या नसून,
आसक्तीची भावनाच खरी समस्या आहे.

आपल्या जीवनामध्ये पैसा अवश्य यावा, पण तो आपल्याला सत्य प्राप्त करण्यात साहाय्यभूत ठरावा, त्याच्यापासून दूर जाण्यासाठी नव्हे.

आपण पैशाला आपलं अंतिम ध्येय मानलं तर तो आपल्याला मदत करत नाही. पण त्याला जर आपण ध्येय गाठण्याचा मार्ग मानलं तर तो आपल्या कार्यात निश्चितच साहाय्यभूत ठरतो. पैसा जेव्हा आपलं लक्ष्य बनतो, तेव्हा त्याच्याबद्दल आसक्तीची भावना निर्माण होते. आपल्याला या भावनिक समस्येपासून दूर राहायचे आहे.

पैशाविषयी आसक्ती निर्माण होते तेव्हा लोक योग्य, नवे आणि सृजनात्मक विचार करायचे विसरून जातात. 'जगात पैशांची समस्या नसून, आसक्तीची भावना हीच खरी समस्या आहे, जगात पैशांची समस्या नाही, नव्या कल्पनांची कमतरता हीच खरी समस्या आहे,' हे समजणं अत्यावश्यक आहे.

> There is no money problem,
> there is emotional problem;
> There is no money problem,
> there is ideas problem.

ही समज आपण नेहमी लक्षात ठेवायला हवी. कारण नवे विचार, नवी विचारपद्धती मनुष्य लवकर समजून घेऊ शकत नाही, तसेच स्वीकारूही शकत नाही. नव्या वस्तूंची, नवनिर्माणाची सर्वत्र इतकी गरज आहे, की कुणी जर एखादी नाविन्यपूर्ण वस्तू बनवून तिला योग्य पद्धतीनं सादर करू शकलं (विकू शकलं), तर त्या व्यक्तीला पैसा कधीही कमी पडणार नाही.

आपण अशा गोष्टींची निर्मिती करा ज्याची लोकांना गरज असते. असं केल्याने आपल्याला पैशाची चणचण कधीच भासणार नाही.

पण सहसा लोक या दिशेनं विचारच करत नाहीत. कारण शाळेत आपल्याला विचार करण्याची कला शिकवलीच जात नाही. आपल्या शिक्षणपद्धतीमध्ये जर ही कला शिकवली गेली तर आपल्याला पैशांची कमतरता कधीही जाणवली नसती. ना कंजुषी करत जगण्याची गरज भासली असती. आपण पैसा कमवण्याच्या आपल्या क्षमतेवर विश्वास ठेवला असता.

कंजूष व्यक्तीचा आपल्या योग्यतेवर विश्वास नसतो

कंजूष व्यक्तीचा आपल्या पैसा कमावण्याच्या योग्यतेवर विश्वास नसल्यानं तो स्वतःही दुःखी राहतो आणि आपल्या कुटुंबियांनाही दुःखात ठेवतो. 'मिळालेले पैसे संपले तर आणखी पैसा आणायचा कुठून?' ही चिंता त्याला सदोदित सतावत असते.

असा मनुष्य आपल्या क्षमता आणि योग्यतेवर काम करत नसल्याने त्याचा भरवसा सदैव नशिबावर असतो. कायम लॉटरी वा भाग्य उजळेल, या विवंचनेत ज्योतिषांकडे खेटे घालत राहिल्याने तो आपली योग्यता वाढवत नाही.

स्वतःची पैसा कमावण्याची योग्यता वाढवणारे लोक नेहमी निश्चिंत असतात. त्यांना पैशाची गरज भासते, तेव्हा नव्या कल्पना शोधण्याची स्वतःची क्षमता त्यांना माहीत असते. कारण समस्या पैशांची नसून नव्या कल्पनांची आहे हे ते जाणतात.

संधी ओळखा, नशीबवान व्हा

लोक जास्त विचार करू शकत नाहीत. कारण त्यांना तसं प्रशिक्षण मिळालेलं

नसतं. विचार करण्याचं प्रशिक्षण त्यांना मिळालं तर त्यांची योग्यता वाढेल. योग्यता वाढवणं याचा अर्थ एखादी नवी भाषा शिकणं, कॉम्प्युटर शिकणं, एखादं कलाकौशल्य आत्मसात करणं असा आहे.

आपल्या कार्यक्षेत्रामध्ये लोकांना अधिक चांगली सेवा कशी देता येईल, याचा विचार केल्यानेही योग्यता वाढते. योग्यता वाढण्यामुळेच आपल्याकडे पैसा येऊ शकतो. म्हणूनच नशिबाला आपण नशिबाच्याच हवाल्यावर सोडून आपली योग्यता आणि क्षमता वाढवण्यावर काम करायला हवं.

आपली योग्यता वाढवण्यासाठी निर्णय घेण्याची क्षमता आपल्यामध्ये निर्माण करायला हवी. संधी ओळखण्याच्या दृष्टीनं जागरूक राहण्यास शिकायला हवं. कारण संधीतूनच नशीब उघडतं. निर्णय घेण्याच्या, आळस झटकण्याच्या, आपल्या मनाला शिस्त लावण्याच्या संधी आपण कधीही गमावता कामा नयेत. मिळालेल्या प्रत्येक संधीचा फायदा आपण घेतला तर जगातली सगळी दौलत आपल्याला प्राप्त होऊ शकते.

'अमका-तमका मनुष्य पाहा किती नशीबवान आहे..., त्याच्याजवळ किती पैसा आहे..., पण मीच कमनशिबी आहे...,' असं म्हणत लोक आपल्या नशिबाला बोल लावत आयुष्यभर रडत असतात. पण जो मनुष्य संधी ओळखतो, त्याला नशीबवान समजलं जातं. आळस नसणारा, योग्य वेळेला पैसे वाचवून ते बँकेत जमा करू शकणारा मनुष्यच नशीबवान असतो; अन्यथा आजचं काम उद्यावर ढकलत राहिल्याने आपला खूप वेळ हातातून निसटून जातो.

लोक नशीब आजमावण्याच्या प्रयत्नात जुगार, रेस वा लॉटरीमध्ये आपला सगळा वेळ आणि पैसा वाया घालवतात. आपले पैसे बसल्या-बसल्या दहापट होण्याच्या अयोग्य योजनांमध्ये फसतात. अशा योजनांमध्ये फसता कामा नये; अन्यथा पश्चात्तापाशिवाय हाती काहीही लागत नाही.

पैसा हे वरदान आहे, त्याला अभिशाप बनवू नका

तुम्ही जेव्हा अंदाजपत्रक तयार कराल, तेव्हा योग्य गोष्टींवर लक्ष द्या. तुमच्या उत्पन्नाचे दहा भाग केले असतील तर त्यातला एक भाग वेगळा काढा. सुरुवातीपासून नियोजन केलं तर तुमच्या लक्षात येईल, की प्रत्येक गोष्ट तुमच्या अंदाजपत्रकात बसू शकते. त्यातून या युक्तीचा आनंद मिळवून, ईश्वराच्या रचनेचा आनंद घेऊ शकाल.

पैसा ही ईश्वराची रचना, त्याची निर्मिती, त्याचा रचनात्मक मार्ग आहे. त्यामुळे

सृष्टीतील सगळी कार्ये अगदी ठरल्याप्रमाणे चालतात. सगळे लोक एकत्र येऊन सहजतेनं देवाण-घेवाण करू शकतात. ही एक विस्मयजनक व्यवस्था आहे. आपल्याला जगामध्ये जी देवाण-घेवाण करायची आहे, ती सुलभ होण्यासाठी पैशाची निर्मिती झाली आहे, याचं भान ठेवून पैशाला वरदान बनवा, अभिशाप नको.

जवळ जास्त पैसा आल्यानंतर काही लोकांचा अहंकार वाढतो. अशा लोकांकरिता पैशाचं वरदान शाप बनता कामा नये. तुमच्याकडे पैसा येताच तुम्ही जर इतरांचं नुकसान करायला सुरुवात केली, त्यांची हेटाळणी केली तर ते चुकीचं ठरेल. तसं केल्यानं तुम्ही स्वतःला एक वाईट सवय जडवून घ्याल, ज्याची पुढे जाऊन तुम्हाला मोठी शिक्षा मिळेल. वरदानाचं रूपांतर शापात कधी होईल हेदेखील कळणार नाही.

आपली कर्जं कशी फेडायची

वरील सवयींपासून अलिप्त होऊन तुम्हाला तुमची सगळी कर्जं फेडायची आहेत. इतरांचे पैसे परत न करून आपल्याकडे येणाऱ्या पैशाच्या मार्गात अडथळे निर्माण करायचे नाहीत.

कुणाकडून पैसे जर उसने घेतले तर ते आपण परतही करायचे असतात. काही कारणानं ही परतफेड लवकर करणं शक्य न झाल्यास त्या व्यक्तीला वेळोवेळी तशी

आपल्या बँक अथवा बचतपेटीत पैसे टाकताना मंत्र म्हणून मग पैशाला स्पर्श करा. या सवयीमुळे तुमची पैशांची समज आणि जागरूकता वाढेल.

सूचना द्यायला हवी. असं केलं तर लोकांना आपण विश्वासार्ह वाटू. आपण त्यांचे पैसे परत केले, तरच ते पुन्हा आपल्याला मदत करायला तयार होतील.

खूप दिवसांपासून तुम्ही कुणाचे पैसे परत करू शकला नसाल, तर त्याला जाऊन सांगा, 'मला तुझे पैसे परत करायचे आहेत, पण त्यासाठी थोडा वेळ दे. मी काही प्रवचनं ऐकली आहेत, अमूक पुस्तकं वाचली आहेत. त्यामुळे माझ्यावरच्या कर्जाची परतफेड करून त्यातून मला मुक्त व्हायचंय. त्यासाठी मला तुझ्या मदतीची फार गरज आहे. आता मी माझ्या उत्पन्नामधून पैसे वाचवून तुझं कर्ज नक्की परत करणार आहे.' तुमचं असं बोलणं ऐकून, 'आता आपले पैसे आता बुडाले', असा विचार करायला लागलेल्या त्या व्यक्तीला अत्यानंद होईल.

तुम्ही जर लोकांचे पैसे परत करण्याची इच्छा ठेवली तर ते तुम्हाला मदत करतील आणि व्यवसायासाठी आणखी पैसे देतील. तुमच्या कर्जदारांपासून दूर पळण्याचा विचार कधी करू नका. तुम्हाला त्यांचे पैसे परत करण्याची खरोखर मन:पूर्वक इच्छा आहे, तुम्हाला जीवनात पैशासंबंधी कोणतेही अडथळे निर्माण करायचे नाहीत असं त्यांना सांगा. हे पाऊल उचलणाऱ्या प्रत्येकानं सचोटी आणि मेहनतपूर्वक काम करून आपली कर्जं फेडल्याची अनेक उदाहरणं आढळतील.

तुम्हीदेखील या पद्धतीनं आपल्या डोक्यावरची कर्जं उतरवायला सुरुवात करून इतरांनाही तशी प्रेरणा देऊ शकाल. मनाचा निर्धार आणि पैसा कमावण्याची क्षमता वाढवून तुम्ही हवं ते यश प्राप्त करू शकता.

पैसा आपल्या जीवनामध्ये अवश्य वाढावा पण त्यानं
आपल्याला सत्यापासून दूर नेता कामा नये. तुम्ही
पैशाला मार्ग न समजता अंतिम ध्येय समजत असाल,
तर पैसा तुमची सेवा कधीच करणार नाही.

भाग - १४

मौल्यवान दौलत प्राप्त करा

आपली क्षमता वाढवा

पैसे कमावताना प्रेमाचं गाठोडं, ध्यानाची दौलत, वेळेची समृद्धी, निर्भयतेचं धन आणि आरोग्याच्या मोहरा मिळवण्याचं रहस्यही जाणून घ्यायला हवं.

तुमच्याजवळ असलेली सर्वांत मौल्यवान दौलत कुठली? तुमच्याकडे भलेही खूप पैसा नसेल, पण जवळ असलेली सर्वाधिक मौल्यवान धनसंपदा म्हणजे 'शिकण्याची क्षमता.' या क्षमतेच्या बळावर तुम्ही आपलं ज्ञान आणि कौशल्य वाढवून त्यांचा उपयोग करून घेऊ शकता. मात्र त्यासाठी तुम्हाला त्यांचा योग्य स्थानी आणि योग्य वेळी वापर करावा लागेल. तसे केल्याने त्याचा मोबदला तुम्हाला मिळू शकेल.

तुमचं सगळं शिक्षण, कामाचा अनुभव, पाठांतर, प्रशिक्षण या गोष्टी तुमची पैसे कमावण्याची क्षमता वाढवण्यासाठी साहाय्यभूत ठरतील. संशोधनांती असं आढळलं आहे, जगातल्या सर्वांत श्रीमंत लोकांनी सहसा सामान्य परिस्थितीतून आणि नुकसानीतूनच सुरुवात केली होती. परंतु नंतर आपला बहुमूल्य वेळ व कष्टाच्या जोरावर शिकण्याची क्षमता वाढवली. तुम्हीही नक्कीच असं करू शकता. तेव्हा आजपासूनच सुरुवात करायला हवी.

सर्वप्रथम कसं शिकायचं हे शिकून घ्या. व्यवस्थापन क्षेत्रातले मार्गदर्शक सांगतात, 'आयुष्यभर शिकत कसं राहायचं, हे जो शिकतो, तोच खऱ्या अर्थानं सुशिक्षित मनुष्य असतो.'

आपण गाडी, कॉम्प्युटर, स्वयंपाक, इंग्रजी संभाषण, शिट्टी वाजवणं, गोष्टी लिहिणं, पियानो वाजवणं, क्रिकेट खेळणं, घड्याळामध्ये वेळ पाहणं अशा अनेक गोष्टी करायला शिकतो. परंतु सतत नवीन काही शिकायचा विचार तुमच्या मनात येतो का? तीदेखील एक कलाच आहे. एखादी गोष्ट 'शिकणं' हेही शिकावंच लागतं.

'शिकणं हीदेखील एक कला आहे,' हे वाक्य ऐकून तुम्हाला कसं वाटलं? या वाक्याची सत्यता त्यासंबंधीचं प्रशिक्षण घेऊनच तुम्ही पडताळून पाहू शकाल. यासाठी तुम्हाला तुमच्या संपूर्ण शरीरालाच प्रशिक्षित करावं लागेल. तुमची सगळी इंद्रियं जेव्हा तुमच्या इच्छेनुसार वागतील, तेव्हाच कमी वेळात तुम्ही जास्त शिकू शकाल. थोड्या वेळात मोठं ध्येय गाठायचं असेल, तर तुम्हाला शिकणं अपरिहार्य आहे.

कुठलीही गोष्ट शिकायची असेल, तर आपल्याला प्रथम तिचा अभ्यास करावा लागतो. मग जर शिकायचं असेल, तर त्यासाठी काय करणं गरजेचं आहे? यासाठी आपल्याला विचार करणं, सतर्क राहणं आणि मनन करण्याची आवश्यकता असते; जेणेकरून आपण शिकलेली प्रत्येक गोष्ट अधिक चांगल्या प्रकारे करण्याची सवय लावून घेता येईल. ही सवय तुम्हाला तुमच्या कुठल्याही कामामध्ये प्राविण्य मिळवून देऊ शकते. शिकण्याची कला शिकल्यानंतर तुम्ही प्रत्येक गोष्ट कमी काळात शिकाल. त्यातून आयुष्यभर तुमचा वेळ वाचेल. ही कला शिकण्यामुळे जर आपला वेळ वाचणार असेल, तर ती शिकण्यासाठी आता थोडा वेळ द्यायला आपण मागे-पुढे पाहता कामा नये.

रोज अभ्यास, श्रवण, पठण, मनन आणि अंमलबजावणी केल्याने तुम्ही शिकण्यामध्ये कुशल होऊन क्षमता वाढवू शकाल. मनुष्य जेव्हा शिकायचं थांबवतो, तेव्हाच तो म्हातारा होतो. तसा वृद्धत्वाचा वयाशी फारसा संबंध नसतो. आपल्या आयुष्याच्या अखेरपर्यंत आपण काहीतरी नवं शिकून त्याचा अभ्यास करू शकतो. त्यामुळे आपण म्हातारे होण्याचं तर टाळतोच, पण आयुष्यात काहीतरी अद्भुत कार्य करून इतरांकरिता एक आदर्श निर्माण करू शकतो, प्रेरणा बनू शकतो.

राममूर्ती नावाचा एक मोठा पहिलवान होता. तो आपल्या छातीवर एक लाकडाची फळी ठेवून, त्यावर हत्तीला उभं करायचा. त्याची अफाट ताकद पाहून लोक आश्चर्यानं

तोंडात बोटं घालायचे. मात्र, लहानपणी राममूर्ती फारच अशक्त होता. हवामानामध्ये जरासा बदल झाला तरी तो आजारी पडत असे. पण त्याचा हा दुबळेपणा त्याला कायमचं दुबळं करू शकला नाही. लहानपणीच त्यानं ठरवलं, आपण दुबळं होऊन अजिबात जगायचं नाही, तर प्रचंड शक्ती कमावून एक आदर्श निर्माण करायचा. त्याचा हा संकल्प खरोखरच पूर्ण झाला. आज लोक राममूर्तीला एक यशस्वी आणि जिगरबाज मनुष्य म्हणून ओळखतात. एकदा त्याला त्याच्या प्रचंड शारीरिक ताकदीचं रहस्य विचारलं, तेव्हा त्यानं हे गुपित उघड केलं. महाबलवान राममूर्ती आपल्या कर्तृत्वाचं रहस्य उलगडून सांगताना म्हणाला, 'नियमित प्रशिक्षणाद्वारे आपल्या दुर्बळातल्या दुर्बळ शरीराला बलिष्ठ बनवता येतं. या प्रशिक्षणात, तुम्हाला शक्य असेल तेवढंच वजन रोज उचलायचं. मात्र ते अनेक वेळा उचलायचं. मग हळूहळू ते वजन वाढवत न्यायचं. बघता-बघता तुम्ही एक पोलादी पुरुष बनाल.' राममूर्तीनं सांगितलेलं अफाट शक्तीचं रहस्य, प्रत्येक कला, यश आणि क्षमता वाढवण्याच्या बाबतीतही उपयुक्त आहे.

आता राममूर्तीचं बोलणं ऐकून एका गवळ्यानं अजाणता त्याचा कसा उपयोग केला हे पाहू या.

एका गावात एक गुराखी गायी-गुरं पाळायचा. तो रोज सकाळी उठून डोंगरावरच्या एका मंदिरात जायचा. मंदिरात जाऊन देवाचं दर्शन घेतल्यानंतरच तो आपला दिवस सुरू करायचा. एके दिवशी त्याच्या गायीनं एका वासराला जन्म दिला. त्या दिवसानंतर तो गुराखी रोज त्या वासराला त्याच्या खांद्यांवर घेऊन मंदिरात जाऊ लागला. जसजसं त्या वासराचं वजन वाढत गेलं, तसतशी त्या गुराख्याच्या अंगातली ताकदही त्या वासराला उचलून डोंगर चढण्याच्या व्यायामामुळे वाढत गेली. त्या गुराख्याला मात्र या गोष्टीचा पत्ता नव्हता. कालांतरानं ते वासरू, एक मोठा बैल बनला. गुराखी आपल्या नित्यनियमाप्रमाणे त्याला अजूनही खांद्यावर घेऊन डोंगरावर जात होता. त्याची ती अचाट शक्ती पाहून गावकऱ्यांना आश्चर्य वाटायला लागलं. मग रोज सकाळी सगळे गावकरी त्या गुराख्याची ती अचाट कृती पाहायला जमा होऊ लागले. आता बैलालादेखील लहानपणापासून त्या गुराख्याच्या खांद्यांवर बसण्याची सवय झाली होती आणि गुराख्यालाही त्याचं वजन पेलण्याची. त्यामुळे त्या दोघांनाही त्यांच्या या दिनक्रमाचं विशेष असं काही वाटत नव्हतं, पण ते दृश्य पाहणाऱ्या लोकांच्या दृष्टीनं ती एक विलक्षण आणि अशक्यप्राय अशी बाब होती.

या उदाहरणावरून आपली क्षमता हळूहळू वाढवण्याचं रहस्य आपल्या लक्षात

आलं. 'रोज करा, शक्य तितकं करा, पण अनेक वेळा करा,' या मंत्रानुसार सराव केला तर अशक्य असं काहीही नसतं. कुठल्याही मोठ्यातल्या मोठ्या कलाकाराला जाऊन विचारा, तुम्ही एवढे मोठे कलाकार कसे झालात? इतर अनेक कारणांबरोबर मुख्यतः 'निरंतर सराव,' हेच उत्तर तुम्हाला त्यांच्याकडून ऐकायला मिळेल. जगप्रसिद्ध जादूगारांना त्यांच्या या कलेचं रहस्य विचारलं, तेव्हा त्यांनी याची तीन कारणं सांगितली. अभ्यास, अभ्यास आणि अभ्यास. आपल्या उत्तराद्वारे त्यांनी अभ्यास वा साधनेचं

महत्त्व जगापुढे मांडलं. आता आपल्यासमोरही आपली क्षमता वाढवण्याचं रहस्य उलगडू लागलं आहे. हे रहस्य आपण विविध उदाहरणांतून जाणून घेत आहोत. एखादं काम जर कुणी एक व्यक्ती करू शकत असेल, तर आपणही शिस्त आणि योग्य प्रशिक्षणाद्वारे शिकून ते करू शकतो.

जितक्या वेगानं आपण शिकाल तितक्याच लवकर व्यवसायामध्ये प्रगती करू शकाल. या सवयीच्या बळावर आपण जीवनात सगळ्याच ठिकाणी पुढे जाऊ शकतो. सतत शिकत राहण्याची सवय असणाऱ्या लोकांना जास्त माहिती असते आणि ती आलेल्या समस्या सोडवण्यामध्ये उपयुक्त ठरते. आपल्याजवळच्या अतिरिक्त माहितीचा उपयोग कार्यक्षेत्रामध्ये केल्यास तुम्हाला त्याचा मोबदला मिळेल. तुम्ही जेवढी जास्त माहिती गोळा कराल, तेवढं जास्त स्वातंत्र्य आणि संधी आपल्याला प्राप्त होत जाते.

आपण जिथं असतो आणि आपल्याला जिथं पोहोचायचं असतं, या दोन्हींमध्ये अंतर असतं. नीट पाहिलं, तर तुमच्या लक्षात येईल, की हे अंतर तुम्ही तुमचं ज्ञान आणि कौशल्यानं भरून काढू शकता. धनवान होण्यासाठी तुम्हाला केवळ काहीतरी नवं आणि वेगळं शिकण्याची गरज असते. त्यासाठी नव्या गोष्टी आणि उच्च क्षमतांची तंत्रं शिकणं आवश्यक असतं. नव्या क्लृप्त्या आणि रचनात्मक तंत्रांचा अंगीकार करण्याची गरज असते. या सगळ्या गोष्टींचा भरपूर अभ्यास तुम्हाला करावा लागतो.

शिकण्याची कला आत्मसात केल्यानंतर तुम्ही जीवनाच्या प्रत्येक क्षेत्रामध्ये प्रगती कराल आणि आपल्या कुटुंबाला अधिक हातभार लावू शकाल. शिवाय तुमच्या मित्रांनादेखील चांगल्या मित्रत्वाच्या नात्यानं त्यांच्यातल्या क्षमतांचा उपयोग करून घेण्यात साहाय्य करू शकाल. शिकत राहण्यामुळे तुम्ही एक चांगले व्यवस्थापक बनून स्वतःला अधिक सक्षम बनवू शकाल. परंतु एक गोष्ट नेहमी लक्षात ठेवा, स्वतःची तुलना इतरांशी करण्याची चूक कधीही करू नका. त्यामुळे तुमचा लाभ न होता हानीच होईल.

अमका-तमका किती जास्त पैसे कमावतो आणि आपलं उत्पन्न त्याच्यापेक्षा किती कमी आहे, असा विचार कधीही करू नका. इतर लोकांकडून फक्त प्रेरणा घ्या, तुलना मात्र स्वतःच्या पूर्वीच्या कामाशी म्हणजेच स्वतःशीच करा. स्वतःची सद्य परिस्थिती, बलस्थानं आणि ताकद ओळखा. जोवर तुम्ही तुमची वर्तमान स्थिती ओळखणार नाही, तोवर नाविन्यपूर्ण असं काही शिकणार नाही.

तुम्ही सध्या कुठे आणि कोणत्या पातळीवर आहात, हे जाणणं अत्यंत आवश्यक आहे. तुमच्यासाठी कोणती आव्हानं सहज, सोपी आणि कोणती अशक्य कोटीतली आहेत? तुम्ही रोज ठरलेल्या वेळेवर उठता का? तुमचं वजन जास्त आहे का? तुम्हाला चहा, कॉफी, टीव्ही, चांगलं-चुंगलं खाणं, सिगरेट, तंबाखू यांसारखं एखादं व्यसन आहे का? जे व्यसन तुम्ही सोडू इच्छिता, पण ते तुम्हाला जमत नाही असं आहे? तुमचं घर, कार्यालय स्वच्छ आणि नीटनेटकं असतं का? दिवसभरात तुम्ही किती वेळ उगाच वाया घालवता? तुम्ही कुणाला शब्द दिलात, तर तो किती प्रमाणात पाळता? तुम्ही स्वतःला दिलेलं वचन किती प्रमाणात पाळता? आठवड्यातून एक दिवस तुम्ही लंघन करता का? दिवसभरामध्ये किती वेळ तुम्ही एकाग्रचित्तानं काम करू शकता? नजिकच्या काळात आपली एखादी वाईट सवय सोडून त्याऐवजी एक नवी, सकारात्मक सवय जडवून घेतली असं कधी घडलं होतं का? हे पुस्तक तुम्ही ठरवून वाचताय, की हाताशी आलं म्हणून? उद्या तुम्ही काय करणार आहात, हे तुम्ही आज सांगू शकाल का?

या सगळ्या प्रश्नांची उत्तरं दिल्याने आत्मपरीक्षण करून तुम्ही आजपासूनच आपलं प्रशिक्षण सुरू करू शकता. स्वतःला ओळखण्याच्या कामाला आजपासूनच सुरुवात करा. स्वतःमधील सकारात्मक आणि नकारात्मक पैलू ओळखून त्यानुसार आपल्या प्रशिक्षणाचं नियोजन करा. हे प्रशिक्षण तुमची पैसे कमावण्याची क्षमता वाढवून तुम्हाला यश मिळवून देईल. एवढंच नव्हे, तर तुम्हाला तुमचं आध्यात्मिक ध्येय (आत्मसाक्षात्कार आणि सत्याची अभिव्यक्ती) गाठण्यातही ते साहाय्यभूत ठरेल.

तुम्ही ज्या गोष्टीकडे लक्ष पुरवाल ती वृद्धिंगत होईल,
सावरेल आणि सुदृढ होईल. हा नियम म्हणजे
आर्थिक आरोग्य प्राप्त करण्याचं रहस्य आहे.

भाग - १५

पैशाच्या मंत्राचा उपयोग करा

बचत करण्याची सवय लावून घ्या

पैसा ही ईश्वराची रचनात्मक योजना आहे,
त्यानुसारच मनुष्य मायेचा खेळ खेळत राहतो.

संपत्तीची विशेषता बचतीतदेखील आहे. समजदार श्रीमंत लोक नेहमी काळजीपूर्वक पैशांची बचत करतात.

वस्तू खरेदी करताना भाव-तोल करून मग ती खरेदी करणं तुम्हाला जमतं का? श्रीमंत लोक कुठलीही वस्तू खरेदी करताना विचारपूर्वक करतात. भाव करून खरेदी केल्यामुळे वाचलेल्या पैशांची गुंतवणूक करणंही त्यांना माहीत असतं. हे काम तसं पाहिलं तर कठीण असतं. कारण खरेदी करताना थोडेफार पैसे वाचवणं कुणालाही जमू शकतं, पण त्या बचतीला सांभाळून तिची वृद्धी करणं, हे सगळ्यांनाच जमत नाही.

धूम्रपानाची सवय सोडलेला एक मनुष्य सगळ्यांना सांगत असे, 'मी दर महिन्याला ५०० रुपयांची बचत केली.' पण त्याला जेव्हा विचारलं, 'वाचवलेले पैसे कुठे आहेत?' तेव्हा तो निरूत्तर झाला. कारण ते पैसे कुठं गेले हे त्यालाच माहीत नव्हतं. ते वाचवलेले पैसे बाजूला न ठेवता त्यानं कुठेतरी खर्च करून टाकले होते.

आता तुम्ही तुमची खरेदीची पद्धत बदलून त्यायोगे वाचवलेले पैसे आपल्या पाकिटातून काढून बाजूला ठेवा. त्या पैशांना तुमच्या खर्चाच्या पकडीपासून दूर ठेवून आपल्या बचतपेटीत टाका. अशा प्रकारे त्यात पैसे साठवून ती पेटी जेव्हा पूर्ण भरेल, तेव्हा सगळे पैसे काढून बँकेत जमा करा.

पैशाच्या मंत्राचा उपयोग करून समृद्धीच्या हेतूनं त्याला स्पर्श करा.

एखाद्याला पैसे द्याल तेव्हा क्षणभर त्या पैशांचा स्पर्श अनुभवून त्यातल्या लहरी अनुभवा. तुमच्या हातात जी नोट वा नाणं असेल, त्यावर आपलं लक्ष केंद्रित करून मनात म्हणा, 'हा पैसा अनेक पटींनी वाढून परत माझ्याकडे येणार आहे... सगळं काही भरपूर आहे...'There is enough' हा पैशाचा मंत्र आहे. पैसे देताना नोट किंवा नाण्याच्या मध्यभागावर आपलं ध्यान केंद्रित करा. इथं आपल्याला पैशामध्ये भावना किंवा आसक्ती निर्माण करायची नाही हे लक्षात ठेवा. अशा प्रकारे दिल्या जाणाऱ्या पैशाच्या स्पर्शाकडे क्षणभर लक्ष दिलं, तर तो स्पर्श तुम्हाला वेगळा वाटेल. आजवर तुम्ही असं कधी केलं नसेल. पण आता ते करून बघा. तुमचं सगळं लक्ष पैशाकडे आहे. तो स्पर्श तुम्ही जाणवत आहात, मनात मंत्र म्हणत आहात. असं केल्याने त्या पैशात वाढ होऊनच ते तुमच्याकडे परत येतील.

आपल्या बँक अथवा बचतपेटीत पैसे टाकताना आधी मंत्र म्हणा व मग पैशाला स्पर्श करा. या सवयीमुळे तुमची पैशाची समज आणि जागरूकता वाढेल. अशा प्रकारे तुमची बचत वाढत जाईल.

बचत करण्याचा चमत्कार

एक माणूस रोज भुईमुगाच्या शेंगा विकत घेत असे. तेथील विक्रेत्याला तो, 'मला पैशांची अडचण आहे, माझ्या हातात पैसा राहतच नाही,' अशी तक्रार नेहमी करत असे. एक दिवस शेंगांच्या विक्रेत्यानं त्या माणसाला पोतं भरून शेंगा दिल्या. त्यावर तो मनुष्य म्हणाला, 'अरे, हे काय करतो आहेस, मला एवढ्या शेंगा नको आहेत.' तेव्हा तो विक्रेता त्याला म्हणाला, 'अहो, या तुमच्याच शेंगा आहेत.' हे ऐकून तो मनुष्य म्हणाला, 'तुला वेड तर नाही लागलं? मी रोज चार आण्यांच्या शेंगा घेऊन जातो, पोतं भरून नव्हे.' मग विक्रेत्यानं त्याला सांगितलं, 'या शेंगा खरंच तुमच्या आहेत. दररोज तुम्ही चार आण्यांच्या शेंगा घेत होता. तेव्हा मी त्यातल्याच एक-दोन शेंगा काढून या पिशवीत टाकत होतो, पण तुमच्या ते लक्षातही येत नव्हतं. त्याच एक-दोन शेंगांनी आज हे पोतं पूर्ण भरलंय.'

हे ऐकून त्या मनुष्याला आश्चर्य तर वाटलंच आणि आनंदही झाला, पण त्याचबरोबर धक्काही बसला, 'अरे, एक-दोन शेंगा एवढं मोठं काम करू शकतात तर!' मग त्याच्याकडे पैसा भरपूर येतोय, पण त्यातील थोडे पैसेदेखील तो वाचवू शकत नसेल, तर पुढे मोठी समस्या उत्पन्न होणारच, असं त्याच्या लक्षात आलं. अशा प्रकारे बचत करण्याची सवय, पैसा खर्च करण्याबाबतची समज, आपली ८० टक्के अडचण कमी करू शकते. तुम्ही कितीही गरीब असाल पण तुमची जर इच्छा असेल तर थोडेफार पैसे वाचवण्याची सवय निश्चितपणे लावता येते. 'थेंबे-थेंबे तळे साचे...' लहान बचतीला कधीही कमी लेखू नका. तुमचा पैसा तुमच्यासाठी आणखी पैसा कमावेल, अशा योजना बनवा. फक्त खर्चच करत राहिल्यास मोठ-मोठे खजिनेही रिकामे होऊन जातात. दिवसभरात तुमच्याकडे जमा होणारी चिल्लर नाणीदेखील तुम्ही जमवलीत, तर काही दिवसांनी त्याचं मोठं धन झालेलं तुम्हाला आढळेल. कंजुषी करणं व बचत करण्यामधील फरक ओळखून बचत करण्याची चांगली सवयच अंगीकारा.

पैशाप्रती आदर असावा, आसक्ती नको.
पैशाप्रती प्रेम असावं, मोह नको.
पैशाप्रती समज असावी, अज्ञान नको.
पैशाप्रती मनन असावं, चिंता नको.
पैसा वापरण्याची वस्तू असावी, ईश्वर नको.

भाग - १६

पैशाची जोपासना करा

जादूची पेटी बनवा

मनुष्य हातातून गेलेल्या गोष्टींबद्दलच सहसा बोलत राहतो, त्याचीच जास्त चिंता करत बसतो. जे आहे, त्याविषयी कधी बोललं जात नाही. या नकारात्मक विचारसरणीमुळेच पैसा कमी होतो.

पैसा कमावण्यानंतरचं पुढचं पाऊल म्हणजे पैशाचं संवर्धन. तुम्ही जर या पायरीप्रत येऊन पोहोचला असाल, तर काही गोष्टी जाणून घेणं आवश्यक आहे.

प्रत्येक महिन्याला आपल्याजवळच्या पैशांचे दहा भाग करा आणि त्यातला एक भाग वेगळा काढा. तुमचा पैसा वाढण्यासाठी, योग्य व्यक्तीच्या सल्ल्यानुसार या बाजूला काढलेल्या पैशांचा विनियोग करा. पैसा सतत वाढत राहील अशा योग्य कामात तो गुंतवा. ज्याप्रमाणे साचलेलं पाणी खराब होतं आणि वाहतं पाणी स्वच्छ व ताजं राहतं, वाढत जातं, त्याचप्रमाणे एका जागी थांबलेला पैसादेखील अयोग्य ठरतो. त्यामुळे त्याची जोपासना योग्य पद्धतीनं व्हायला हवी.

वित्त विषयात तज्ज्ञ असलेल्या लोकांचे अनुभव ऐकून त्याची योग्य प्रकारे गुंतवणूक करता येते. ज्या लोकांनी अनेक वर्षांपासून आपला व्यापार आणि चुकांपासून धडा घेऊन पैसा वाढवला आहे, त्यांचा सल्ला अवश्य घ्या. त्यानुसार आपल्याजवळच्या पैशात आणखी भर पडावी या दृष्टीनं तो उपयोगात आणा. जिथं तुमच्या पैशाचं योग्य

संवर्धन होईल अशा प्रकारे त्याला गुंतवा.

फसवणूक करणाऱ्या योजनांमध्ये कधीही अडकू नका. एका महिन्यात तुमचे पैसे दहापट करून देतो, वीसपट करून देतो, असं या योजनांचे प्रणेते तुम्हाला प्रलोभन देऊन सांगतील. पण अशा भुरळ पाडणाऱ्या गोष्टीत तुम्ही गुंतू नका.

आपला पैसा वाढवण्याच्या प्रयत्नामध्ये अनेक लोक चुकीच्या योजनांमध्ये फसले आहेत, पैसे गमावून बसले आहेत. मग आपली कष्टाची सगळी कमाई बुडाली म्हणून ते आयुष्यभर रडत बसतात. त्यामुळे सावध राहा, रातोरात लखपती, झटपट श्रीमंत होण्याच्या फंदात पडू नका. योग्य सल्ला देऊ शकणाऱ्या व्यक्तींशी चर्चा करून आपल्या बचत केलेल्या पैशांचा योग्य उपयोग (गुंतवणूक) करा.

जादूची पेटी

तुमचं अंदाजपत्रक हा तुमचा संरक्षणमंत्री असतो. हे जाणून सावधपूर्वक अंदाजपत्रक तयार करा आणि ते लिहून काढा. प्रत्येक गोष्ट लेखी स्वरूपात असायलाच हवी. प्रत्येक गोष्ट जेव्हा लेखी स्वरूपात असते, तेव्हा योग्य अंदाजपत्रक तयार होतं. तुमच्या उत्पन्नाचे दहा भाग करून त्यातला एक बाजूला ठेवल्यानंतरही उरलेल्या भागांमध्ये तुमच्या सगळ्या इच्छा पूर्ण होतील.

इतःपरही तुमच्या ज्या इच्छा तुमच्या अंदाजपत्रकामध्ये बसू शकत नाहीत, त्यांच्यासाठी एक जादूची पेटी बनवा. त्या पेटीवर लिहा, मी रोज चमत्कार होण्याची वाट पाहतो (I expect miracles daily). त्यानंतर तुमच्या सध्या पूर्ण होऊ न शकणाऱ्या इच्छा एका कागदावर लिहून तो कागद त्या पेटीत टाका. ही पेटी लाकूड किंवा पुठ्ठ्याचा वापर करून तयार करा.

त्यानंतर तुम्ही आश्चर्य पाहाल, की समृद्धीचा हा वृक्ष वाढतच जाऊन तुमची जास्त बचत होईल. म्हणजेच तुमचे मूळ धन आणखी पैसे खेचून आणेल. पण हे मूळ धन तुम्ही खर्च करायचं नाही. कारण लोक नेमकी हीच घोडचूक करतात. परिणामी समृद्धीचा वृक्ष कधीच वाढत नाही.

आपलं लक्ष आता समृद्धीचा वृक्ष वाढत राहण्याकडे सदैव असायला हवं. पण ते मूळ धन खर्च करायचं नाही. कारण तेच आपल्याकडे आणखी धन आणणार आहे. आपली हीच बचत नव्या बचतीचं कारण बनते. घाई करून ते खर्च केल्याने समृद्धीच्या वृक्षावरच आपण कुऱ्हाड चालवत असतो. सातत्य आणि निष्ठेनं बचत केली, तर समृद्धीच्या वृक्षाला तोडू पाहणारी प्रत्येक वाईट गोष्ट नष्ट होईल.

समृद्धीचं हे रहस्य उमगल्यानंतर, सोबत नशीब घेऊन येणाऱ्या संधींचा तुम्ही शोध घेऊ शकाल; अन्यथा लोक केवळ नशीबावर हवाला ठेवतात. आपल्या नशिबात असेल तर मिळेल, नाहीतर नाही, असं म्हणून लोक ज्योतिषी मंडळींच्या मागे फिरत राहतात. ज्योतिष्यानं केलेल्या भविष्यवाणीवरून आपल्याला पैसा मिळेल अथवा नाही, हे ठरवतात.

अशा प्रकारे तुम्ही नशिबाच्या फेऱ्यामध्ये अडकायचं नाही. कारण नशिबानं आजवर कुणाचंही कायमस्वरूपी भलं केलेलं नाही. ज्या लोकांचं नशीब अचानक उघडलं, लॉटरी लागली, ज्याचा घोडा शर्यतीत जिंकला, ज्याला कुठूनतरी अचानक धनलाभ झाला, त्यांचं पुढे काय झालं? हे लोक थोड्याच काळात पुन्हा निर्धन अवस्थेला पोहोचलेत असंच आढळेल.

लोक 'समृद्धीच्या ज्ञाना'ला महत्त्व देत नाहीत

तुमच्यासमोर दोन पार्सलं ठेवलेली आहेत. एकामध्ये एक लाख रुपये आहेत, तर दुसऱ्यामध्ये एक पुस्तक आहे. त्या पुस्तकात, जीवनामध्ये तुमच्याजवळचा पैसा कसा वाढेल आणि पैशाचा विनियोग कसा करायचा याबद्दल माहिती दिलेली आहे. या दोनपैकी एक पार्सल निवडायला सांगितलं, तर ९९ टक्के लोक पैसे असलेलं पार्सल निवडतील आणि काही महिन्यांतच पुन्हा पूर्वस्थितीत येतील. पैशांचा योग्य उपयोग कसा करायचा, हे त्यांना माहीतच नसतं. फक्त १ टक्का लोक दुसऱ्या पार्सलमध्ये असलेल्या पुस्तकातील 'समृद्धीच्या ज्ञाना'ला जास्त महत्त्व देतील. कारण हे ज्ञान प्राप्त झाल्याने समृद्धीचा वृक्ष तुमच्या जीवनामध्ये विस्तारत राहील. त्यामुळे पैशाबाबतची योग्य समज मिळवण्यात दिरंगाई, उशीर करू नका.

लोक 'समृद्धीच्या ज्ञाना'ऐवजी अशाश्वत, काही काळानं समाप्त होणाऱ्या क्षणभंगुर आनंदाला जास्त महत्त्व देतात. पण तुम्हाला मात्र पैशाबाबतची समज वाढवायची आहे. गुंतवणुकीच्या योग्य मार्गाची निवड करायची असून, या पुस्तकाद्वारे समृद्धीचं ज्ञान वाढवायचंय.

आतापर्यंत आपण ज्या नियमांची चर्चा केली, त्यानुसार आचरण केल्यानंतर तुम्ही पाहाल, तुमचे पैसे तर वाढतीलच पण त्याचबरोबर तुम्हाला समाधान, तृप्ती आणि आनंदही मिळेल. या गोष्टी मिळाल्यानंतर कुणाही श्रीमंत मनुष्याबद्दल मनात असूया, ईर्षा ठेवण्याची गरज भासणार नाही. कारण आनंदाद्वारे समृद्धीला आपल्याकडे आकर्षित करण्याचा नियम आता तुम्हाला उमगला असेल.

भाग - १७

धनिकांबद्दल मत्सर, द्वेष नको

पैशाचा आदर करा

समृद्धी हवी असेल तर समृद्ध,
श्रीमंत लोकांचा द्वेष करता कामा नये.

पैशाच्या बाबतीत मनुष्य सहसा श्रीमंत लोकांना पाहून ईर्षा करण्याची चूक करत असतो. तुम्हाला श्रीमंत बनायची इच्छा तर आहे, पण तुम्ही श्रीमंत लोकांचाच द्वेष करत असाल, तर श्रीमंत कसे बनाल? समज आणि प्रेरणा प्राप्त करून मत्सर आणि द्वेष दूर झाल्यानंतरच खऱ्या अर्थानं तुम्ही लक्ष्मीचं स्वागत करू शकाल.

तुम्ही पैशाच्या बाबतीत खुले असाल, तरच लक्ष्मी तुमच्याजवळ येईल. श्रीमंत लोकांना पाहून जर तुमच्या मनात मत्सर आणि असूया निर्माण होत असेल, तर अज्ञानवश तुम्ही स्वत:च्याच पायावर धोंडा पाडून घेत आहात, तुमच्याकडे येऊ पाहणाऱ्या लक्ष्मीला लाथाडत आहात, असाच याचा अर्थ होतो. परंतु असं न करता, इतरांच्या प्रगतीबद्दल त्यांची प्रशंसा करा. कुणाला अचानक धनलाभ झाल्यास त्याच्या आनंदात सहभागी होऊन त्या व्यक्तीचं अभिनंदन करा. 'तुम्ही कुठे राहता?' असं त्याला विचारा. ती व्यक्ती म्हणेल, 'तुम्हाला तर माहीत आहे, मी कुठे राहतो.' त्यावर

त्याला सांगा, 'मी तुमचा जुना पत्ता मागत नाही, तर आता जो नवा बंगला तुम्ही घ्याल, त्याचा पत्ता विचारतोय.' हे ऐकून त्या व्यक्तीलाही आनंद होईल, कारण त्यानं नवा बंगला घेतला तर तुम्हालाही आनंद होणार आहे.

शेजाऱ्याला लॉटरी लागली तर आपल्यालाही लागू शकते असा विचार करा. त्यामुळे इतरांच्या आनंदात तुम्ही सहज सहभागी होऊ शकता, परिणामी तुम्हालाही आनंद प्राप्त होतो. म्हणूनच, 'समोरच्याकडे अमुक-अमुक गोष्ट आहे आणि माझ्याकडे नाही,' असं म्हणण्याऐवजी त्या व्यक्तीकडून प्रेरणा घ्या. त्या व्यक्तीविषयी असूया वा द्वेषभावना बाळगण्यानं खरं तर तुम्ही स्वतःसाठीच अडथळे निर्माण करत असता. असं कदापि होऊ नये.

लोक दिवाळीत घराघरात लक्ष्मीपूजन करतात. याचाच अर्थ, आपण पैशाचा आदर करतो, त्याच्याबाबतीत ग्रहणशील असतो. लक्ष्मीबद्दल आदर असण्याचा अर्थच, ती तुमच्याकडे यावी असा आहे. नोटांना कागदाच्या तुकड्यांसारखं आपल्या खिशात कोंबत असाल, तर तुम्ही पैशाचा अनादर करत असता. त्याउलट पैसे नीट सांभाळून पाकिटात ठेवत असाल, तर तुम्ही त्यांचा आदर करताय हेच दर्शवता. त्यातून तुमची आणि पैशांची कंपनं एक होऊन तुमच्या तारा जुळतात. आपण ज्या गोष्टीशी लय, ताल साधतो, ती आपल्याकडे आकृष्ठ होते.

समजा, तुम्ही बसमधून प्रवास करत असताना तिकीट काढल्यानंतर कंडक्टर म्हणतो, 'सुटे पन्नास पैसे नाहीत, नंतर देतो.' पण तो ते देतच नाही. मग तुम्ही विचार करता, 'जाऊ दे. आठ आण्यांची तर बाब आहे!' तेव्हा तुम्ही इथे पैशांचा अनादर करत असता. पन्नास पैशांना तुमच्या दृष्टीनं फारशी किंमत नसेलही, पण ते तुमच्या हक्काचे आहेत आणि तुम्ही ते कंडक्टरकडे मागायलाच हवेत. मागण्यामध्ये कमीपणा वाटता कामा नये. मग ते आठ आणे तुम्ही भिकाऱ्याला दिले तरी चालतील, पण कंडक्टरकडून ते नक्की परत घ्या. कारण तुम्हाला त्या पैशाबद्दल आदर आहे, तुम्ही त्याबाबतीत बेजबाबदार नाही, हे यातून दिसेल. चार-आठ आण्यांनी आपल्याला काहीही फरक पडत नाही, आपण खूप श्रीमंत आहोत असा विचार काही लोक करतात. पण हे चूक आहे. आपले पैसे तुम्ही मागून घ्यायलाच हवेत. काही कारणानं समोरची व्यक्ती तुमचे पैसे देऊ शकत नसेल, तर ठीक आहे. पण तुमच्याकडून तुम्ही प्रयत्न अवश्य करायला हवा, मागणी करायला हवी. याचा अर्थ समोरच्याशी भांडावं असा होत नाही. पण सुटे पैसे आले असतील तर द्या, माझं उतरण्याचं ठिकाण येतं आहे, असं म्हणणं चूक ठरणार

नाही. कंडक्टरकडे अजूनही सुटे पैसे आलेले नसतील तर ठीक आहे, तुम्ही तुमच्या स्टॉपवर उतरून जा. पण पैसे सहजासहजी सोडू नका. पैशाचा आदर करा. तुम्ही पैशाचा आदर केलात, तर पैसाही तुमचा आदर करेल. काही लोकांना पैसे देताना ते फेकायची सवय असते. तुम्ही दोन्ही बाजूंनी अतिरेक करू नका. पैसे फेकूही नका आणि लपवूनही ठेवू नका. तर योग्य समज आणि योग्य मार्गानं पैशाचा उपयोग करा.

पैसा कमावण्याची योग्यता आल्यानंतरच तुमच्याकडे पैसा येईल. त्यामुळे नशिबाला नशिबावरच सोडून द्या. आपली योग्यता व क्षमता वाढविण्याच्या दृष्टीनं भरपूर प्रयत्न करा.

भाग - १८

पैशाचा उपयोग आरोग्यासाठी, आनंदवृद्धीसाठी करा

पैशाचा अहंकार बाळगू नका

ज्या मनुष्याकडे एखादं कौशल्य वा कला असते, त्याला पैशाची चिंता नसते. त्यामुळे एखादं कौशल्य शिकण्यासाठी पैसे खर्च करा.

पैसा स्वतः वाईट नसतो, पण वाईट कर्माशी जोडला गेल्यास तो वाईटच परिणाम देतो. पेला, घडा, कप, जग अशा ज्या भांड्यात पाणी टाकाल, तसाच आकार पाणी घेतं. त्याचप्रमाणे जगभर पसरलेला पैसादेखील एक निर्दोष वस्तू आहे, जी समोरच्याच्या महत्त्वाकांक्षेनुसार आकार धारण करत असते. तुम्ही सत्य आणि पैशाची सांगड घातली, त्याविषयी असलेला अहंकार दूर ठेवला, तर तुमच्या जीवनामध्ये पैशाचा योग्य उपयोग झाला असं म्हणता येईल. मात्र काही लोकांना पैशाचा अहंकार निर्माण होतो.

पैसा निष्पक्ष असतो. त्याला कोणताही भाव नसतो. त्यामुळे त्याचा अहंकार बाळगण्याची गरज नसते. पैसा ज्या प्रकारच्या मनुष्याकडे जातो, तसाच होतो. चांगल्या लोकांना तो चांगुलपणामध्ये मदत करतो, तर वाईट लोकांना कुकर्मांमध्ये साथ देतो. समज असेल, तर पैसा वरदान आहे; अन्यथा तो एक अभिशाप आहे.

दुःखी मनुष्याला पैसा मिळाला, तर तो मनुष्य आणखीच दुःखी होतो. कारण

दुःखामध्ये मनुष्याच्या चेतनेचा स्तर खालावलेला असतो. त्यामुळे तो योग्य निर्णय घेऊ शकत नाही. अहंकारी मनुष्याला पैसा दिला, तर तो अधिक अहंकारी होतो. पैशाच्या अभिमानापोटी तो क्षणोक्षणी, 'मी यंव् करीन... मी त्यंव् करीन...' अशा वल्गना करत बसतो आणि स्वतःचं दुःख वाढवत राहतो. गुंड प्रवृत्तीच्या माणसाला पैसा दिला, तर तो त्याचा उपयोग गुंडगिरीसाठी करेल.

एकदा एका मनुष्याला लॉटरी लागली. त्यानंतर तो रस्त्यावरून ऐटीत फिरायला लागला. रस्त्यात त्याला त्याचा एक मित्र भेटला आणि म्हणाला, 'खूप खुशीत दिसतोस, काय झालं?' त्यावर त्या मनुष्यानं आपल्या मित्राच्या श्रीमुखात एक भडकावली. त्याच्याकडे अचानक पैसा आल्याने त्याला आता माज आला होता.

मित्रानं गावातील सरपंचाकडे तक्रार केली, 'या माणसानं मला विनाकारण थप्पड लगावली.' सरपंचानं त्या मनुष्याला पंचायतीत बोलावून विचारलं, 'तू याला मारलंस का?' त्यावर तो मदोन्मत्त मनुष्य म्हणाला, 'होय.' मग त्याला शिक्षा सुनावली गेली, 'तुला तुझ्या मित्राला ५० रुपये नुकसानभरपाई म्हणून द्यावे लागतील.' त्यावर त्या मनुष्यानं आपल्या मित्राला आणखी एक थप्पड लगावली आणि खिशातून शंभर रुपयांची नोट काढून त्याच्या हातात ठेवली. 'तू असं का केलंस?' असं जेव्हा त्याला विचारलं तेव्हा तो म्हणाला, 'माझ्याकडे पन्नास रुपये सुटे नव्हते.'

त्या माणसाचं डोकं पाहा कुठे चाललं होतं! आपण आपलं बळ कुठे वापरतोय, हेही त्याला कळत नव्हतं. त्याला आता नातेसंबंधांचीही तमा नव्हती. थोडक्यात सांगायचं, तर वरदान ठरणारा पैसा अहंकारामुळे अशा प्रकारे अभिशाप बनतो. आपल्या भविष्यातल्या दुःखाची बीजं आपण पेरतो आहोत, हे त्याच्या लक्षात येत नव्हतं. आनंदी मनुष्याला पैसा दिला, तर तो आनंद वाढवेल. त्यामुळे आधी आनंदी बना. आपल्या अंतरंगात असलेला तेजआनंद प्राप्त करा. त्यानंतर तुम्ही पैशाचा उपयोग आपल्या व इतरांच्या भल्यासाठी, आनंद वाढवण्यासाठीच करू लागाल.

लोक आधी पैसा मिळवण्यासाठी आपलं आरोग्य बिघडवून घेतात आणि नंतर स्वास्थ प्राप्तीसाठी पैसा खर्च करतात. मग दिवस-रात्र काम करतात, शरीराला कष्ट देऊन रोगांना आमंत्रण देतात. अशा प्रकारे पैसा मिळवण्याच्या नादात त्यांचं आरोग्य बिघडतं. नंतर पुन्हा तेच आरोग्य मिळवण्याकरिता त्यांना डॉक्टर व औषधांवर पैसा खर्च करावा लागतो. समज नसलेल्या श्रीमंत माणसाचं आयुष्य असंच चालू असतं. डॉक्टर

त्याला अनेक प्रकारची पथ्यं पाळायला सांगतात. तो ज्या पोटासाठी पैसा कमवत होता, तेच बिघडून जातं आणि इतर सगळी सुखं त्याला मिळतात. म्हणून पैशाच्या मागे निरर्थक धावणं सोडून द्या. आपल्या आयुष्याला अर्थ प्रदान करा. इतर लोकांना पैशामागे धावताना बघून आपल्या ध्येयावरचं लक्ष जराही विचलित होऊ देऊ नका.

भाग - १९

तुलना व निरर्थक धावणं सोडा
लक्ष्मीची प्रार्थना करा

लक्ष्मी तुमच्यावर प्रसन्न होते, तेव्हा तुम्हाला पैशाची आठवणदेखील होत नाही. पण जे लोक दिवसभर पैशाचाच विचार करतात, त्यांच्यावर लक्ष्मी नाराज असते. मग असे लोक गरीब असोत वा कोट्यधीश.

आज सगळं जग फक्त पैशासाठी धावपळ करतंय. मात्र, सगळ्यांना सत्याचं विस्मरण घडलंय. जगातले बहुतांश लोक इतरांकडे पाहून असमंजसपणे वागताहेत.

पैशामागे पळणाऱ्या लोकांना जेव्हा अचानक पैसा प्राप्त होतो, तेव्हा काय होतं? त्यांना ध्येयविहीन वाटायला लागतं, काय करावं हे न कळून मग ते आणखी जास्त पैसा कसा मिळेल याचं लक्ष्य ठरवू लागतात. अशा प्रकारे ते एका आंधळ्या शर्यतीत धावायला लागतात. परंतु पैशामागे धावणारा पहिला माणूस शोधायला गेलो तर तो सापडणार नाही. कारण तो तर कधीच या जगातून निघून गेलाय आणि सर्व लोक मात्र आजवर पैशाच्या मागे सतत धावतच आहेत.

पैसा मिळवणं चूक नाही. पण पैशाचा मूळ उद्देश विसरणं नक्कीच चूक आहे. पैशाप्रती जागृत होऊन, त्याच्या माध्यमातून आपल्याला काय मिळवायचं आहे हे आधी ठरवायला हवं. ही गोष्ट जर समजली, तर पैसा कुणालाही अध्यात्माच्या मार्गावरून भ्रष्ट

करणार नाही. उलट ज्या उद्दिष्टाकरिता मानवजन्म मिळाला आहे, ते साध्य करण्यामध्ये तो मदतच करेल.

तुलना करू नका, अनुमान लावू नका

आज लोक दुःखी आहेत, ते तुलना करण्यामुळेच. माझा शेजारी अमुक करतो, त्यामुळे मीही तसंच करायला हवं. हजारो लोक वाहन खरेदी करतात, त्याचं कुणाला काही वाटत नाही. हजारो लोक घरं बांधत आहेत, इमारती उभ्या करत आहेत, याचंही कुणाला दुःख नाही. पण शेजाऱ्यानं दुचाकी जरी घेतली आणि ती आपल्याकडे नसेल तर दुःख होतं. शेजाऱ्यानं घर बांधलं, तरी त्याचा त्रास व्हायला लागतो आणि हेच दुःखाचं मूळ आहे. मनुष्य संकुचित विचारसरणीमुळे नेहमी असाच विचार करतो, 'सगळ्या जगानं प्रगती करावी पण आपला शेजारी मात्र पुढे जाऊ नये.' त्याची सगळी तुलना फक्त आपल्या शेजाऱ्याबरोबरच असते. शेजाऱ्याला एखादी गोष्ट मिळाली नाही, तर त्याला त्याचं वाईट वाटत नाही.

इतर लोकांकडे कार, बंगला असल्याचं पाहिल्यानंतर, 'हे लोक किती मजेत आहेत, यांच्याकडे अमुक-अमुक गोष्टी आहेत, सगळी सुखं आहेत,' असे अंदाज लावले जातात. कारमध्ये फिरणाऱ्या एखाद्या मनुष्याला पाहून तो किती आनंदी असेल याचं अनुमान लावलं जातं. म्हणजे कार मिळाली तरच आनंद मिळणार आहे, मग मलासुद्धा ती का नको, असं वाटायला लागतं. पण ज्या माणसानं कार घेण्यासाठी आयुष्यभर इतके कष्ट केले, त्याच्या मनात काय चाललं आहे, हे आपल्याला माहीत नसतं. कदाचित या क्षणी आत्महत्या करण्यासाठी तो मनुष्य जागा शोधत कारमधून फिरत असेल. तेव्हा तो मनुष्य किती दुःखी असेल? याची कल्पनाच न केलेली बरी. केवळ तो कारमध्ये फिरत असल्याचं पाहून आपल्याला त्याचं दुःख दिसत नाही एवढंच! बिचारा तो मनुष्य मात्र, मी आता कुठल्या पुलावरून उडी मारू? कुठल्या डोंगरावरून स्वतःला झोकून देऊ? या विवंचनेत असेल.

त्यामुळे बाह्य देखाव्याला कधीही भुलू नका. बाह्य रूप अंतरातलं गुपित सांगत नाही. लोकांचं बाह्य रूप बघून आपण अनेक कल्पना करतो. अमका असं-असं करतोय, तर मलाही ते करायलाच हवं, असा विचार करून, तुलना करून, अनुमान लावून कोणताही निर्णय घेऊ नका.

लक्ष्मीची प्रार्थना करा

आयुष्यात मायेचं, पैशाचं चक्र अव्याहतपणे चालतच असतं. मायेच्या या

चक्रातून बाहेर पडायचं असेल, तर मायेला 'हे माया, माझ्यावर कृपा कर... मला तुझ्यातून मुक्त कर...' अशी प्रार्थना करायला हवी.

लक्ष्मीपूजन करताना लक्ष्मीचीदेखील अशीच प्रार्थना करा, 'हे लक्ष्मी, तुझ्या मायेच्या चक्रातून आता माझी सुटका कर.' भाव, श्रद्धा आणि विश्वास मनामध्ये बाळगून अशी प्रार्थना करायला हवी. मायेच्या पाशातून खरोखरच मुक्त व्हायचं असेल, तर ती तुमच्यावर प्रसन्न व्हायला हवी. मग सत्यनारायणी प्रसन्न झाल्यावर सत्यनारायण, म्हणजेच स्वतः सत्य प्रकट व्हायला वेळ लागणार नाही. पाठोपाठ ते येणारच.

लक्ष्मी पुरावा मागते

सजग असणाऱ्या लोकांवर लक्ष्मी प्रसन्न होते, तर बेजबाबदार लोकांपासून ती नेहमी दूर पळते. समोरची व्यक्ती पैसे सांभाळू शकते याचा पुरावा तिला हवा असतो. जो असा पुरावा देऊ शकतो त्याच्याजवळच ती राहते. थोडे पैसे व्यवस्थित सांभाळून, तुम्ही सुरक्षित ठेवत असाल, त्यांची जोपासना करू शकलात, तर जास्त पैसे मिळाल्यावरही हा मनुष्य ते सांभाळू शकेल, असा विश्वास लक्ष्मीला वाटतो.

लोक सहसा दोन विरुद्ध टोकं गाठतात. काही लोक नाग बनून आपल्या धनाचं रक्षण करत त्यावर बसून राहतात, त्याचे मालक बनून राहतात; तर काही लोक अनावश्यक खर्च करून जवळचे सगळे पैसे उडवून टाकतात. हा पैशाचा विपर्यासच नव्हे का? यासाठी दोन्ही टोकं न गाठता नियतीनं तुम्हाला जी ठेव दिली आहे (तुमचं उत्पन्न), तिचे दहा भाग करून त्यातला एक भाग संवर्धनासाठी योग्य ठिकाणी गुंतवा. त्याची सतत जोपासना करत राहा. ही छोटीशी गोष्ट जर तुम्हाला समजली, तर लक्ष्मी तुमच्यावर नेहमी प्रसन्न राहील. कमावलेला पैसा ताबडतोब चैन आणि पार्ट्यांमध्ये उडवून टाकू नका. त्याची सुरक्षा आणि वृद्धींगत होण्यावर नेहमी लक्ष पुरवा.

लक्ष्मी तुमच्यावर प्रसन्न असते, तेव्हा तुम्हाला पैशाची आठवणही होत नाही. मात्र, जे लोक दिवसभर पैशाचाच विचार करतात, त्यांच्यावर लक्ष्मी नाराज असते. मग असे लोक कोट्यधीश असले तरी. लक्ष्मी ज्यांच्यावर प्रसन्न असते, त्या लोकांना गरज पडल्यावर कुठून ना कुठून पैसा मिळतोच. म्हणूनच लक्ष्मीची योग्य प्रार्थना करा आणि नेहमी 'ऐश्वर्यात', म्हणजेच ईश्वरीय विचारांमध्ये राहा. ईश्वरीय विचारांमध्ये कुठल्याही गोष्टीची कमतरता नसते. तिथं वेळ, प्रेम, आनंद, पैसा, आरोग्य आणि समाधान भरपूर असते.

भाग - २०

धन, दौलत, समाधान मिळवा

दान करा, श्रद्धेचं बीज पेरा

पैसे देऊन सुखसोयी जमा केल्यानंतर जेव्हा कुणी निष्क्रिय बनतं, तेव्हा पैसा अभिशाप बनतो.

मंदिरं, डोंगर, झरे, नद्या इत्यादींसमोर लोक जे नवस बोलत असतात, त्या नवसांमध्ये श्रद्धेची शक्ती असते. असे नवस लोक कर्मकांड, दानधर्म, उपवास ठेवून बोलतात. हे सगळे प्रकार विश्वास बीजांचं कार्य करतात आणि हे विश्वासाचं बीजच त्या लोकांच्या जीवनामध्ये चमत्कार घडवून आणतात.

श्रद्धेचं बीज पेरू शकणाऱ्या लोकांची कार्ये पूर्णत्वाला जातात. पण श्रद्धेऐवजी अंधश्रद्धेनं बीज पेरत असाल, तर त्यातून शेवटी काय मिळणार आहे, हे कुणालाही कळत नाही. मनुष्य सदैव सुख-दुःखाचा खेळ खेळतच जगत राहील.

मात्र, तुम्ही जर जाणीवपूर्वक श्रद्धेचं बीज पेरलंत, तर तुम्हाला हवा असलेला चमत्कार घडेल. आज पैशाच्या समस्येतून तुम्हाला बाहेर काढण्याकरिता एका चमत्काराची आवश्यकता आहे. हा चमत्कार घडण्यासाठी प्रथम तुम्हाला जे काही पेरावं लागेल, ते म्हणजे श्रद्धेचं बीज होय.

श्रद्धेचा नियम

श्रद्धा ही एक अशी बलवान शक्ती आहे, जी तुमच्या आर्थिक यशाचं कारण बनते. ज्या गोष्टीवर तुम्ही श्रद्धा ठेवता, ती गोष्ट वास्तव बनते.

यशस्वी मनुष्याला आपल्या यशस्वी होण्यावर पूर्ण विश्वास असतो. अपयशाबद्दल तो ना कधी बोलतो, ना त्याची चिंता करतो. त्याची हीच श्रद्धा त्याला यश मिळवून देते. अपयशाचे विचार त्याला सतावत नसल्यामुळे नकारात्मक शंका त्याच्या कार्यात अडथळे उत्पन्न करत नाहीत.

तुम्हालाही धैर्यानं आपल्या श्रद्धेवर काम करायचं आहे. आपलं आर्थिक लक्ष्य गाठण्याच्या दृष्टीनं 'आपलं लक्ष्य पूर्ण होणारच आहे,' या श्रद्धेवर पूर्ण विश्वास असायला हवा. हा विश्वास तुम्हाला तुमच्या लक्ष्यापर्यंत पोहोचवण्यासाठीचं एक महत्त्वाचं पाऊल ठरेल. मनामध्ये श्रद्धेबरोबरच सकारात्मक विचारही बाळगल्याने काहीही झालं तरी तुम्ही तुमचं लक्ष्य गाठणारच आहात, याची खात्री होते. यश मिळवण्याबाबत विश्वास तुमच्या मनात असेल, तर श्रद्धेचं बीज पेरण्यासही शिका. त्यासाठी आजवर तुम्ही काय पेरलं आणि त्यातून काय मिळवलं हे बघा. कारण पेराल तेच उगवेल, हा सृष्टीचा नियम आहे. तुम्ही तुमच्या जीवनात आणि कामांमध्ये जे पेरलं, तेच तुम्ही आजवर मिळवत आला आहात. तुम्ही जर कठोर परिश्रम, नियमांचं पालन, शिस्त आणि आत्मविश्वास अंगीकारला असेल, तर तुम्हाला आदर, प्रेम, धनदौलत नक्की मिळणारच. ज्या गोष्टीचं बीज तुम्ही पेराल, त्याचंच फळ तुम्हाला मिळेल. निसर्गाचे नियम पक्के असतात, त्यामध्ये काहीही फेरफार होत नसतो.

भूतकाळामध्ये तुम्ही जे पेरलं होतं, तेच तुम्हाला आज मिळत आहे. तुम्ही तुमच्या जीवनाच्या प्रत्येक अंगाकडे पाहिलं तर त्याचा निश्चित प्रत्यय येईल.

काही कारणानं तुम्ही तुमच्या जीवनामध्ये घडत असलेल्या गोष्टींबद्दल नाखूश असाल, तर आज जे काही पेरत असाल, त्यात बदल करायला हवा. आता तुम्ही नकारात्मक विचारांचं बीज न पेरता सकारात्मक बीज पेरा. पुढे जाऊन आपल्या जीवनात काही विशेष घडावं असं तुम्हाला वाटत असेल, तर त्यासाठी आज काही विशेष असं पेरावं लागेल. शेतकरी ज्याप्रमाणे वेगवेगळी पिकं मिळवण्याकरिता आपल्या शेतात निरनिराळी बियाणं पेरत असतो, तसंच तुम्हालाही काहीतरी आगळं, अनोखं आणि उत्तम हवं असेल, तर विविध प्रकारचे विचार आणि सकारात्मक कर्म पेरावे लागतील.

सर्वोत्तम मिळवण्याकरिता सर्वोत्तमाला सर्वोत्तम द्या

शेतकरी काय करतो? तर पुढच्या पिकासाठी तो आज उगवलेल्या मक्याची सर्वोत्तम कणसं काढून बाजूला ठेवतो. खराब वा निकृष्ट दाणे तो पुन्हा पेरण्यासाठी ठेवत नाही. कारण पुढच्या वेळी येणारा आपला मका चांगला, सुंदर आणि पौष्टिक असावा असं त्याला वाटतं. पण मनुष्य आपल्या जीवनाच्या बाबतीत हा विचार करत नाही. 'सर्वोत्तम मिळवण्याकरिता प्रथम सर्वोत्तमाला सर्वोत्तम द्या,' हे रहस्य शेतकऱ्याला माहीत असल्यामुळेच तो पुढच्या वेळी पेरण्यासाठी सर्वोत्तम बियाणं निवडून बाजूला काढतो.

स्वतःला विचारा, 'मी आजवर माझ्याकडून सर्वोत्तम असं काय दिलं आहे?' तुम्ही मंदिरात जाऊन आलात तेव्हा तिथे काय अर्पण केलं? नारळ, फुलं, प्रार्थना, प्रसाद, प्रेम, भावना, वाईट सवयीचा त्याग, एखादा संकल्प, असं काही दिलंत का? की फक्त मंदिरापर्यंत चक्कर मारून आलात? तुम्ही तुमच्याकडून निसर्गाला (ईश्वराला) काय देत आहात? तुम्ही जेव्हा काहीतरी देता, कुठलं तरी बी पेरता, तेव्हाच ते बीज अनेकपटींनी वाढावं, त्यातून एक वृक्ष व्हावा म्हणून ईश्वर त्यावर काम करतो. 'तुम्ही मला काहीतरी दिलं, तर मी त्यात वृद्धी करण्यासाठी काम करू शकेन,' असं ईश्वर आपल्याला म्हणत असतो. तुम्हाला त्याच्याकडून यश, सुखसोयी, सुरक्षितता, प्रेम, आत्मविश्वास, नावलौकिक आणि पैसा पाहिजे असतो. पण त्या बदल्यात त्यावर काम करण्यासाठी, तुम्ही आधी त्याला काय देता?

जमिनीमध्ये बी पेरल्यावर त्यात अनेक पटींनी वाढ होऊन आपल्याला पीक मिळतं, हे तुम्हाला ठाऊक आहे. हा चमत्कार पाहून सगळ्यांनाच आश्चर्य आणि आनंद होतो, हिरवीगार पिकं पाहून आपले डोळे विस्फारतात. निसर्गाच्या या देणगीला पाहून सगळे जण खूश होतात. याचाच अर्थ सर्वोत्तम बीज, सर्वोत्तम जमिनीमध्ये, सर्वोत्तम क्षणी टाकल्यामुळे हा चमत्कार घडतो.

जमिनीमध्ये बी पेरून शेतकरी वर्षभरासाठी बाहेर कुठे निघून गेला, असं कधी होत नाही. बीज पेरल्यानंतर तो त्याच्या शेताचं रक्षण करतो, वाट पाहतो. तुम्हीदेखील शेतकऱ्यांसारखे व्हा, श्रद्धेचं बीज पेरून निघून जाऊ नका. दानधर्म, कुणाला तरी मदत, कुणाचं दुःख ऐकून घेणं, कुणाला वेळ देणं, कुणासाठी तरी प्रार्थना करणं, कुणाची सेवा करणं, कुणाला शिकवणं, कुणाच्या विकासाचं निमित्त बनणं, कुणाला पैशांची मदत करणं, आपल्या सामर्थ्यानं कुणाची समस्या सोडवणं, कुणाला खाऊ घालणं, कुणाला

वैद्यकीय मदत मिळवून देणं, कुणाचं अज्ञान दूर करणं या सगळ्या गोष्टी म्हणजे श्रद्धेचं, विश्वासाचं बीज असतं. ते टाकून तिथून निघून जाऊ नका. तुमचं निराश होणं म्हणजे आपली जमीन सोडून निघून जाणं आणि ईश्वराकडून काही मिळण्याची आशाच सोडून देण्यासारखं आहे. असं कधीही करू नका.

जीवनामध्ये काही समस्या निर्माण झाल्या, की मनुष्याची श्रद्धा डळमळीत होते आणि मग तो आपली कर्मभूमी सोडून दूर निघून जातो. समस्येचं कारण कधी शेजारी, कधी पती वा पत्नी, कधी वरिष्ठ अधिकारी, वातावरण, आरोग्य, वर्तमानपत्र वा टीव्ही असं काहीही असू शकतं. समस्या कुठूनही आली तरी ती तुम्हाला काहीतरी शिकवण देण्याकरिता आली आहे, अशी समज त्यावेळी ठेवा. तुम्ही श्रद्धेचं बीज पेरलं असेल, तर थोडं थांबा. पूर्ण विश्वास आणि धैर्यानं प्रतीक्षा करा, की आता तुमची समस्या अचानक दूर होणार आहे. तुम्ही आजवर पेरलेल्या बीजावर ईश्वर काम करून तुम्हाला धन, दौलत, समाधान हजारपटीनं वाढवून परत देणार आहे. थोडी प्रतीक्षा करा.

आजवर तुम्ही खूप काही केलंय, ईश्वराला खूप काही दिलं आहे. म्हणजेच श्रद्धेची अनेक बीजं पेरली आहेत. पण ही सगळी बीजं तुमच्याकडून असमंजसपणानं पेरली गेली आहेत. शिवाय त्याबदल्यात तुम्ही नेहमी इतरांकडून अपेक्षा ठेवत आला आहात. मात्र ईश्वराकडून अपेक्षा सोडून दिली आहे. हा असमंजसपणा, अविश्वास आणि हे अज्ञानच तुमच्या दुःखाचं मूळ आहे. तुम्ही ईश्वराला त्याचं काम करण्याची संधीच दिली नाही. त्यामुळे तुम्हाला तुमच्या बीजाचं फळ मिळू शकलं नाही. बँकेत चेक भरल्यानंतर तुम्ही तिथून निघून गेलात, तर त्याची रोख रक्कम तुम्हाला मिळणार नाही. अशी चूक कदापि करू नका. श्रद्धेचं बी पेरताना, म्हणजेच ईश्वराच्या लेकरांना मदत करताना, 'श्रद्धेच्या बीजाच्या रूपानं ही मदत मी ईश्वराला करतो आहे,' असा विचार करून ती करायला हवी. ईश्वराकडूनच परतफेडीची अपेक्षा करा. तो तुमची प्रत्येक गरज पूर्ण करणार आहे.

खरंतर आपण देणंच विसरून गेलो आहोत. देण्यानं कमी होतं, संपून जातं, असा विचार योग्य नव्हे. प्रत्यक्षात शुभ गोष्टी, पुण्य, देण्यानंच वाढत असतात. सुख इतरांसोबत वाटून घेतल्याने अनेक पटींनी वाढतं आणि स्वत:जवळच ठेवलं तर कमी होतं, नष्ट होऊन जातं. त्यामुळे नेहमी द्यायला शिका.

देण्यासारखं जवळ काहीच नाही, असा या जगात एकही मनुष्य नाही. किमान कुणाचे अश्रू पुसणं, रस्त्यात पडलेले काटे उचलून बाजूला टाकणं, एखाद्या दुःखी

जीवाला क्षणभर हसवणं, कुणाला वेळ देणं, कुणासाठी तरी प्रार्थना करणं, कुणाला योग्य माहिती पुरवणं, एवढं तरी आपण नक्कीच करू शकता. इथे तुम्ही काय दिलं वा किती दिलं, याला महत्त्व नाही. दिलं हेच महत्त्वाचं असतं. ज्यानं दिलं, त्याला जास्त मिळालं आणि जास्त मिळाल्यावर त्यानं आणखी जास्त दिलं, असं हे धर्मचक्र चालत राहतं. दान देणं हे श्रद्धेचं बीज आहे. ते योग्य जमिनीमध्ये टाकल्यावर त्यातून भरघोस पीक निघतं. ईश्वराला आपलं काम करण्यासाठी श्रद्धेच्या बीजाची आवश्यकता असते. पण लोक बीज न पेरताच त्याच्याकडे प्रार्थना (मागण्या) करत असतात. मग त्या पूर्ण होत नाहीत म्हणून तक्रार करत बसतात. यासाठी ईश्वराची काम करण्याची ही पद्धत आधी समजावून घ्या.

पैसे, वेळ किंवा कुणासाठी विनाअट श्रम करणं, हेसुद्धा श्रद्धेचं बीज असू शकतं. असे बीज टाकल्यानंतरच तुम्ही चमत्काराची अपेक्षा करू शकता.

दान देणं आवश्यक आहेच. पण दान घेणारी व्यक्ती त्यासाठी पात्र आहे की नाही, ही गोष्टही तेवढीच महत्त्वाची आहे. समोरच्या व्यक्तीची पात्रता पाहून जर दान दिलं, तर त्याचं फळ सर्वोत्कृष्ट असतं. ते महाफळ असतं.

विचारपूर्वक दान द्या

१. खुनी माणसाला पैसे दिले तर तो त्यातून हत्यार घेईल.

२. मद्यपीला पैसे दिले तर तो आणखी दारू आणेल.

३. विलासी व्यक्तीला पैसे दिल्यास तो ते भोगविलासात उडवून टाकेल.

४. आजारी मनुष्याला पैसे दिल्यास तो औषधं आणेल.

५. कुणा सत्यशोधकाला पैसे दिले, तर तो सत्याचा शोध घेण्यासाठी उपयोग करेल.

६. तेजसेवकाला पैसे दिले, तर तो सेवाकार्य वाढवेल.

दान देताना खालील बारा गोष्टी आवर्जून लक्षात ठेवा.

१. गरज असलेल्या गोष्टीमधून दान द्यायला हवं.

२. शुद्ध आनंदाच्या भावनेनं आणि खुल्या मनानं दान द्या.

३. दान देताना समजेसह द्या, निमित्त बना.

४. ज्याला दान देताय, त्याची पात्रता जोखा.

५. तुमच्याकडून दान स्वीकारणाऱ्या व्यक्तीमध्ये लाचारीची भावना निर्माण होणार नाही याची काळजी घ्या.

६. छोट्या दानाला कधीही कमी लेखू नका.

७. लोकांनी नावाजण्याच्या इच्छेनं दान करू नका.

८. लोकांच्या गरजेनुसार दान करा.

९. दान विनाअट असावं, त्यात सौदेबाजी वा व्यापारी दृष्टिकोन नसावा.

१०. दान केल्यानं मालकीची (माझं घर, माझी मुलं, माझे पैसे)भावना नष्ट व्हावी. परस्परांशी वाटून घेण्याची, बंधुभावानं जगण्याची कला साधावी. मायेपासून मुक्ती मिळावी.

११. समोरचा स्वावलंबी बनावा यासाठी दान द्यावं.

१२. ज्याला दान द्यायचं त्याला धन्यवाद म्हणून दक्षिणाही द्या, जेणेकरून अहंकार वाढणार नाही.

एकदा येशू ख्रिस्तानं कुठल्याशा उत्सवानिमित्त लोकांना एका धर्मस्थळावर दानधर्म करताना पाहिलं. त्या दिवसाअखेर त्यानं जाहीर केलं, 'आज एका वृद्ध स्त्रीनं सगळ्यांत मोठं दान दिलं आहे.' हे ऐकून लोकांना आश्चर्य वाटलं आणि ते त्या स्त्रीला घेऊन आले. तिला विचारलं, 'तू किती दान केलंस?' तिनं सांगितलं, 'मी चार आण्यांचं नाणं दान केलं होतं.' मग लोकांनी रागानं येशूंना विचारलं, 'एवढं छोटं दान सगळ्यांत मोठं कसं?' त्यावर येशूनं त्यांना समजावून सांगितलं, 'ज्या लोकांनी हजारो रुपये दान केले, त्यांच्याकडे कोट्यवधी रुपये आहेत. त्या कोट्यवधी रुपयांतले काही हजार दिल्यानं त्यांना काहीही फरक पडत नाही. पण या वृद्ध मातेकडे आज फक्त चारच आणे होते आणि त्याची तिला स्वतःलाच खूप गरज होती. तिनं स्वतःला गरज असताना ते दिल्यामुळे तिचं दान आज सर्वश्रेष्ठ दान ठरलं.'

येशूच्या उत्तरानं सगळ्यांच्या माना खाली गेल्या. श्रीमंत मनुष्यानं दिलेल्या लाखो रुपयांपेक्षा गरिबानं दिलेलं छोटंसं दानदेखील जास्त महत्त्वाचं असतं, कारण त्या गरीब व्यक्तीसाठी ते छोटंसं दानदेखील एक मोठा त्याग असतो.

तुम्हीसुद्धा दान कराल, तर खुल्या दिलानं करा

आयुष्यात तुम्हाला काय हवंय, हे आधी निश्चित करा. तुम्हाला ज्ञान, आत्म

विश्वास, आत्मबोध हवा आहे, की सुखसोयी, फायदे, धनदौलत? मगच ईश्वराला सांगा (प्रार्थना करा), 'आता मी माझ्याजवळचं सर्वोत्तम (प्रेम, पैसा, शक्ती, ध्यान, ज्ञान, वेळ इत्यादी) देत आहे. नंतर मलाही तुझ्याकडून सर्वोत्तमच मिळावं अशी अपेक्षा आहे.' ईश्वराकडे आपल्याला भीक मागायची नाही. कारण त्याच्याकडे कुणी भीक मागावी, अशी त्याची इच्छा नसते.

ईश्वराला त्याच्या नियमानुसार मनुष्याला सगळं काही भरपूर द्यायचं असतं आणि या नियमांचं ज्ञानही तो निसर्गाद्वारे आपल्याला देत असतो. निसर्गामध्ये एक बीज अनेक बीजं निर्माण करतं. काट्याचं (अविश्वास) बीज असेल, तर तेही अनेक बीजं (दुःख) निर्माण करतं. फळा-फुलांचं बीजदेखील (श्रद्धा) अनेक बीजं (सुख) निर्माण करतं. त्याचप्रमाणे आपलं प्रत्येक चांगलं कृत्य, दान करणं, मदत करणं, दुःख वाटून घेणं, समोरच्याचं लक्षपूर्वक ऐकून घेणं, त्याला वेळ देणं, कुणासाठी प्रार्थना करणं, सेवा करणं, शिकवणं, विकासाचं निमित्त बनणं, पैशांची मदत करणं, आपल्या सामर्थ्यानं समस्या सोडवणं, कुणाला खाऊ घालणं, कुणाला वैद्यकीय मदत मिळवून देणं, कुणाचं अज्ञान दूर करणं, हे विश्वासबीज असतं. हे बीज आपल्या जीवनामध्ये चमत्कार घडवून आणू शकतं. तेव्हा समृद्धी वाढवण्यासाठी निसर्गाच्या या नियमाची अंमलबजावणी आजपासूनच करण्यास सुरुवात करा.

उदारभावना आणि कर्म

जगामध्ये दोन प्रकारचे लोक असतात. एक- ज्यांना संपत्तीसंचय करून ती सुरक्षित ठेवणं जमतं आणि दुसरे- जे आपल्या संपत्तीचा उपयोग फक्त स्वतःसाठी न करता इतरांच्याही जीवनात आनंद भरतात. इतर लोकांच्या जीवनामध्ये परिवर्तन घडवून आणणारे आणि आपल्या संपत्तीचा उपयोग उदारभावनेनं करणारे लोकच खऱ्या अर्थानं यशस्वी असतात. आपण उदार कसे होऊ शकतो? उदारभावना आपल्या कर्मांमध्ये कशी आणावी? याचा विचार आपण करायला हवा.

पैसा तुम्हाला सुरक्षितता देईल, या मानसिकतेतून आधी बाहेर या. पैसा तुम्हाला कधीही सुरक्षितता देणार नाही. कदाचित तो तुम्हाला सुरक्षिततेचा आभास देईल किंवा कोणतीही वस्तू खरेदी करू शकण्याची ताकद देईल. पण पैसा क्षणात नाहीसादेखील होऊ शकतो. पूर्वी श्रीमंत असणाऱ्या आणि एक दिवस अचानक आपलं सर्वस्व गमावून बसणाऱ्या लोकांची अनेक उदाहरणं इतिहासामध्ये आपल्याला आढळतात. पैशाच्या जोरावर आपण काहीही करू शकतो, तो आपल्याकडे कायम राहू शकतो, हा जगातला

सगळ्यांत मोठा गैरसमज आहे. आपण जेव्हा द्यायला शिकतो, तेव्हा त्याचा आपल्यावर फक्त भावनिकदृष्ट्याच परिणाम होतो असं नाही, तर आपण सुरक्षिततेविषयीच्या भयातूनही बाहेर पडायला लागतो.

दुसरी गोष्ट म्हणजे तुमच्या उदारभावनेमुळे इतर लोकांना जो आनंद मिळाला आहे, त्यावर लक्ष केंद्रित करा. तुमच्या उदारतेमुळे ज्यांना मदत होईल, अशा जगात अनेक व्यक्ती आणि संस्था आहेत. तुमच्या मदतीच्या बळावर त्या संस्था कित्येक लोकांना मदत करू शकतील. अनेक दुःखी जीवांना साहाय्य करू शकतील. तुमच्या सोयीनुसार अडचणीच्या वेळी दिलेली छोटीशी मदतदेखील खूप उपयोगी पडते. आज तुम्ही कदाचित एकदम ३०० रुपये देऊ शकत नसाल, पण वर्षभर महिना २५ रुपये तर नक्की देऊ शकाल.

उदारभावनेबरोबरच सामान्य किंवा व्यवहारबुद्धी अवश्य ठेवा. पैशाचा उपयोग बुद्धी वापरून केला, तर तुमच्या उदारभावनेमुळे कधीही पैशाची समस्या निर्माण होणार नाही. कुणाला एक वेळचं जेवण दिल्यानं तुमच्या बँकेतली शिल्लक संपत नाही. आपले मित्र वा नातेवाईकांसाठी काहीतरी चांगलं केल्याने तुमच्या नातेसंबंधांमध्ये गोडवा आलेला जाणवेल.

जे दानी आणि इतरांना मदत करणारे असतात, त्यांना आवश्यक ती सगळी सुखं प्राप्त होतात. जॉन वेस्लीचा एक सिद्धान्त प्रसिद्ध आहे, 'तुम्ही जितकं कमावू शकाल तितकं कमवा, जितकं देऊ शकाल तेवढं द्या आणि जितकं वाचवू शकाल, तितकं वाचवा.' हा सिद्धान्त आपल्या पैशाला योग्य स्थितीत आणतो. यशस्वी लोकांच्या यशाची ही गुरूकिल्ली आहे. त्यामुळे तुमच्या क्षेत्रातील जास्त उत्पन्न असणाऱ्या यशस्वी लोकांना प्रेरणास्त्रोत बनवा. ते लोक इतरांपेक्षा वेगळं काय करतात, हे शोधा. रोज त्यांच्या बुद्धीचं, स्वतःची बुद्धी वापरून अनुकरण करा. अशा प्रकारे लोकांचं निरीक्षण करून समृद्धीचे नियम शिका.

लोक आधी पैसा मिळवण्यासाठी आपलं
आरोग्य बिघडवून घेतात आणि नंतर
आरोग्य मिळवण्यासाठी पैसा खर्च करतात.

भाग - २१

वेळ हादेखील पैसाच असतो

कामाचं योग्य नियोजन

पैशाला आपल्या जीवनामध्ये योग्य स्थान द्या. त्याला कमी ना जास्त असं समजा. पैसा हा पैसा आहे, त्याचा वापर करा आणि पुन्हा त्याची गरज भासेपर्यंत त्याला विसरून जा. पैसा कमवा आणि त्याला आपला मार्ग बनवून ध्येय गाठा.

लोखंड तापवल्यावर त्याचं क्षेत्रफळ वाढतं, ते प्रसरण पावतं. धातूंच्या बाबतीत हा नियम प्रत्येक वेळी लागू पडतो. कारण निसर्ग त्याच्या नियमानुसारच वागत असतो. समृद्धीचेही असेच काही नियम आहेत. हे नियम समृद्धीच्या वाटेवर पुढे जाण्यात तुम्हाला मदत करतील.

वेळेचा नियम

तुमच्या वेळेबाबत तुम्ही फक्त दोनच गोष्टी करू शकता; एक तर तो वाया घालवू शकता, नाहीतर तो गुंतवू शकता.

आपण जेव्हा पैसे गुंतवतो तेव्हा ते वाढतात आणि खर्च करून टाकले, तर कमी होतात. तसंच वाया घालवलेला वेळही परतून येत नाही. याचाच अर्थ, वेळ हादेखील पैशाप्रमाणेच एक मार्ग आहे, अंतिम ध्येय नाही.

मोठे उद्योजक वेळेला खूप महत्त्व देतात, कारण आपल्याजवळ मौल्यवान गोष्ट कोणती आहे, हे त्यांना माहीत असतं. आपली मौल्यवान गोष्ट ते खूप हुशारीनं वापरतात. सृष्टीनंतर अस्तित्वात आलेल्या या वेळेचा तुम्हीदेखील सदुपयोग करायला हवा.

समृद्ध होण्याची इच्छा असतानाही लोक आपला वेळ सतत कमी दर्जाच्या कामामध्ये दवडत असतात. त्यामुळे अपयश व निराशेच्या गर्तेत लोटले जातात. असे लोक आपलं लक्ष्य गाठण्यात कधीही यशस्वी होऊ शकत नाहीत.

तुम्हाला तुमचा मौल्यवान वेळ जाणून घेणं आवश्यक आहे. 'मी ज्या कामामध्ये स्वतःला गुंतवतो आहे, ते माझ्या योग्यतेचं किंवा त्यापेक्षा जास्त फळ देणारं आहे का?' असा प्रश्न स्वतःला सतत विचारत राहा.

आता एक सराव करा

आपल्या वार्षिक उत्पन्नाचं लक्ष्य ठरवा. तुम्ही वर्षांत जितके महिने काम करता, तितक्या संख्येनं उत्पन्नाच्या आकड्याला भागा. तुम्ही आज ज्या पद्धतीनं आणि जे काम करता आहात, त्यानुसारच हे विभाजन हवं, असं नाही. जर आपली कार्ययोजना परिवर्तनशील असेल, तर त्याप्रमाणे तुमच्या आवडीनुसार उत्पन्नाचं विभाजन करा.

आता तुमचं वार्षिक उत्पन्न आठवड्यांमध्ये आणि नंतर तासांमध्ये विभागून तुमच्या एका तासाचं मूल्य निश्चित करा. उदाहरणार्थ, ५२,००० रुपये वार्षिक उत्पन्न असलेला मनुष्य आठवड्याला १,००० रुपये कमावतो. तो मनुष्य जर दिवसाला दहा तास काम करत असेल, तर आठवड्याला ७० तास काम होईल. त्याला आठवड्याला १,००० रुपये मिळत असल्यामुळे त्याच्या एका तासाचं मूल्य सुमारे १४ रुपये, एवढं ठरेल.

दिवसामध्ये तुम्ही किती तास काम करू इच्छिता, त्यावरून तुमच्या एका तासाचं योग्य मूल्य तुम्ही काढू शकाल. तुम्ही आत्ता कुठे आहात आणि कुठे पोहोचू इच्छिता, हे तुम्हालाच ठरवायचं आहे. या गणिताद्वारे पैशाचं लक्ष्य ठरवणारी आणि त्यानुसार तुमच्याकडून काम करवून घेणारी, यशाची गुरूकिल्ली तुम्हाला गवसेल.

तुमच्या वेळेचं नियोजन तुम्हाला यशाकडे घेऊन जातं. तुमचं काम तुम्हाला वर्तमान स्थितीतून यशोशिखरापर्यंत घेऊन जातं.

वर मांडलेल्या गणितानुसार तुमच्या दृष्टीनं एका तासाचं मूल्य १४ रुपये आहे, हे तुम्हाला आता कळलं आहे. तेव्हा आजपासून, 'मी ज्या कामामध्ये स्वतःला गुंतवतो

आहे, त्यातून मला ताशी १४ रुपये मिळणार आहेत का? की हा वेळ मी दुसऱ्या कुठल्या, अधिक चांगल्या कामामध्ये गुंतवू?' असं प्रत्येक कामाच्या बाबतीत स्वतःला विचारा.

तुमच्या पहिल्या प्रश्नाचं उत्तर 'नाही' असं असेल, तर तुम्ही त्या कामामध्ये गुंतायला नको. याचा अर्थ तुम्ही ते काम करायचंच नाही असा नव्हे. फक्त तुमच्या व्यावसायिक वेळेमध्ये ते काम करायचं नाही. या वेळेव्यतिरिक्त उरलेल्या वेळेत तुम्ही सामाजिक, कौटुंबिक आणि स्वयंविकासाची (श्रवण, पठण, मनन) कामं करण्यासाठी वेळेचं नियोजन सहज करू शकाल. हा समतोल तुम्हाला संपूर्ण लक्ष्य प्राप्त करण्यात मदत करेल.

वेळेच्या नियोजनाची ही युक्ती शिकल्यावर आता हा विचार करा, 'कमी लाभ देणारं कार्य तुम्ही योग्य पद्धतीनं, योग्य प्राधान्यक्रमानं, कसं पूर्ण करू शकाल?' आपला वेळ वाया न घालवता ते काम तुम्ही कसं करू शकाल, याची युक्ती शोधून वेळेच्या नियमाचा अशा प्रकारे पुरेपूर उपयोग करून घ्या.

इतरांची समृद्धी पाहून आनंद माना.
त्यामुळे तुम्ही स्वतः समृद्धीप्रती ग्रहणशील व्हाल.

भाग - २२

समृद्धीचे नियम
समृद्धीचा साहाय्यक

कंजूष मनुष्य आपली योग्यता वाढवण्यावर कधीच काम करत नाही. त्याऐवजी तो फक्त नशिबावर विसंबून राहतो. सदैव लॉटरी आणि भाग्य यांच्यामागे पळत राहतो. त्यामुळे त्याच्यात जास्त पैसा मिळवण्याची पात्रता कधीच निर्माण होत नाही.

संपूर्ण नियोजन करून कार्य पूर्णत्वाला न्या

एक सामान्य जीवन जगणारे पति-पत्नी होते. दर महिन्याला ते थोडे पैसे दानधर्मामध्ये खर्च करत असत. लाखो रुपये देण्याची त्यांची अजिबात ऐपत नव्हती. पण मरण्यापूर्वी लाखो रुपये दान देण्याएवढं श्रीमंत व्हायचं, असं त्यांनी ठरवलं होतं. आपलं हे ध्येय नक्की पूर्ण करू, असा त्यांचा ठाम विश्वास होता. कारण त्यादृष्टीनं ते पद्धतशीरपणे पावलं टाकत होते. 'जीवनाच्या अखेरीस जेव्हा मागे वळून पाहू, तेव्हा आपण काहीतरी वेगळं, भव्यदिव्य केलं असल्याचं आपल्याला बघायला मिळावं,' असा विचार ते सतत करत असत. त्याचप्रमाणे तुम्हीदेखील तुमच्या ध्येयावर काम करायला सुरुवात करून योजनांवर ठाम राहिलात, तर ते गाठण्यात निश्चितच यशस्वी ठराल.

कार्यकारण सिद्धांत

पैशाच्या नियमाप्रमाणे कार्य आणि त्याचं कारण एकच असतात. हा नियम

इतका गहिरा आणि सामर्थ्यशाली आहे, की त्याला मनुष्याच्या भाग्याचा वज्रनियम असं म्हटलं जातं. याचाच अर्थ जीवनामध्ये तुमच्याबाबतीत जे काही घडतं, ते याच नियमानुसार घडतं.

साध्या शब्दांत सांगायचं, तर आपल्या जीवनामध्ये जे काही घडतं, त्यामागे एक वा अनेक विशिष्ट कारणं असतात. म्हणजेच, तुम्ही ज्या गोष्टीची इच्छा करता, त्याची मनामध्ये जर व्यवस्थित आखणी केलीत तर ती निश्चितच मिळवू शकता. त्यासाठी ती गोष्ट कशामुळे मिळू शकते (कारण), हे जाणून घेणं आवश्यक असतं. ते कारण (कर्म) आपल्या जीवनामध्ये सामील करणं आवश्यक असतं.

आर्थिक यश हे कार्य असून, परिणाम आहे. शिवाय त्याच्यामागे विशिष्ट कारणं असतात. एखादा मनुष्य एखादं कार्य करून पैसा मिळवू शकत असेल, तर तुम्हीही ते काम करून पैसा मिळवू शकता. हाच कार्यकारण भाव तुम्ही कुठल्याही क्षेत्रात वापरल्यास, इतरांना मिळणारे परिणाम तुम्हालाही मिळतील. शिवाय हा कोणता चमत्कार नसून हे नियम नशिबावरही अवलंबून नाहीत.

तुम्हाला सगळ्यांत जास्त यशस्वी आणि सर्वाधिक पैसे मिळवणारा व्यावसायिक बनायचं असेल, तर मानसिकदृष्ट्या या क्षेत्रातल्या प्रसिद्ध आणि श्रीमंत लोकांच्या पावलांवर पाऊल टाकूनच तुम्हाला चालावं लागेल. तुमच्या क्षेत्रात कार्यकारण सिद्धान्त असंच सांगतो. तुम्ही जर सातत्यानं असं करत राहिलात, तर एक दिवस तुम्हाला त्याचा परिणाम दिसून येईल.

याउलट, यशस्वी लोकांमध्ये असलेले गुण तुम्ही अंगी बाणवले नाहीत, तर तुम्हाला हवे तसे परिणाम मिळणार नाहीत. यशस्वी मनुष्याप्रमाणे तुम्ही वागला नाहीत, तर तुम्हाला यश मिळणार नाही, ते हुलकावणी देत राहील.

एकाग्रतेचा नियम

तुम्ही ज्या गोष्टीवर मनन करता, ती तुमच्या जीवनामध्ये येऊन वृद्धिंगत व्हायला लागते. तुम्ही जर सतत तुमचं ध्येय आणि जीवनात हव्या असलेल्या गोष्टींचा विचार करत राहिलात, तर त्या विचारांच्या ताकदीमुळे तुम्हाला हवं तसंच घडायला लागतं. हे विचारच तुमची इच्छा पूर्ण करतात. कारण आपण यशस्वी उद्योजक व्हावं, अशी जर इच्छा असेल, तर तुमचे विचार वास्तवात उतरण्यासाठी आवश्यक त्या गोष्टी तुम्ही आपोआप करू लागता. तुम्हाला हव्या असलेल्या गोष्टीवर जर अधिक लक्ष केंद्रित

केलं, तर तुमचं ध्येय लवकर आकार घ्यायला लागतं, साकार होऊ लागतं. तुमच्या जीवनामध्ये त्याचं प्रतिबिंब पडायला सुरुवात होते. परंतु त्याचबरोबर तुम्हाला ज्या गोष्टीचं भय वाटतं, ज्या गोष्टी नकोशा असतात त्यांचा तुम्ही चुकूनही विचार केला, तर तुमची भीती आणखी वाढत जाईल. ती तुमच्या विचारांचा कब्जा घेईल आणि मग तुमच्या हातून वाईट कृत्यं करवून घेईल. अशा प्रकारे इच्छा नसतानाही तुम्ही स्वतःचं नुकसान करून घ्याल. पण आपलं ध्येय गाठण्याकरिता ज्या गोष्टी करणं आवश्यक असतं, नेमक्या त्याच गोष्टी लोक टाळतात. आपल्या ध्येयापासून आपल्याला दूर नेणाऱ्या गोष्टी करणं जास्त सोपं असतं. त्यासाठी आपल्याला जास्त कष्ट घ्यावे लागत नाहीत. आपण जेवढे जास्त नकारात्मक विचार कराल, तेवढे ते आपल्या जीवनावर जास्त परिणाम करतील.

एकाग्रतेचा नियम हा कार्यकारण सिद्धान्ताचाच दुसरा नियम आहे. आपल्या लक्ष्यावर कायम लक्ष ठेवणारे लोक जीवनामध्ये यशस्वी होतात. नको त्या गोष्टींचा जास्त विचार करणारे लोक कधीही यश मिळवू शकत नाहीत. त्यामुळे यशस्वी लोक अधिकाधिक यशस्वी होत जातात आणि हव्या असलेल्या गोष्टी मिळवत राहतात.

तुम्हाला जे काही बनायची इच्छा असेल, जितकी संपत्ती मिळवण्याची इच्छा बाळगत असाल, तर त्यावर तुमचं लक्ष केंद्रित करणं आवश्यक आहे. तुमची यशस्वीतेकडील प्रवासाची गती टिकवून ठेवण्यासाठी जे-जे करणं आवश्यक असतं, तेच तुम्ही करायला हवं. आपल्या आचार आणि विचारांनी ध्येयापासून दूर नेणाऱ्या गोष्टींपासून दूर राहण्याचा निश्चय करायला हवा.

आकर्षणाचा नियम

आकर्षणाचा नियम सांगतो, तुम्ही म्हणजे एक चुंबक आहात आणि तुमचे विचार तुमच्याभोवती ऊर्जेचं एक वलय तयार करत असतात. हे विचार तुमच्यातून निघून परत तुमच्याकडेच आकर्षित होतात आणि तुमच्या जीवनात, व्यक्ती आणि घटनांमध्ये संतुलन राखतात. सकारात्मक वा नकारात्मक असे जे विचार तुमच्यातून बाहेर पडतात, ते त्याच सकारात्मक वा नकारात्मक पद्धतीनं व्यक्ती, घटना आणि संधींना तुमच्या जीवनात आकर्षित करतात.

या नियमानुसार, तुमच्या मनात लक्ष्य गाठण्याचं चित्र स्पष्ट असेल, तर हव्या त्या सगळ्या गोष्टी जीवनात खात्रीनं आणू शकाल. यशस्वी वा श्रीमंत लोकांनी त्यांना लक्ष्य प्राप्त होईपर्यंत आपलं ध्येय मनात घट्ट रुजवलं होतं.

अनुरूपतेचा नियम

अनुरूपतेचा नियम खूप सामर्थ्यशाली असतो. ते सांगतं, तुमचं बाह्य जग हे आरशासारखं असून तुमच्या अंतर्मनात जे काही चालतं, त्याचं प्रतिबिंब आरशामध्ये दिसत असतं. याचाच अर्थ, तुमच्या आजूबाजूला जे काही घडतं, ते सगळं अंतरंगामध्ये चाललेल्या घडामोडींचंच प्रतिबिंब असतं.

बाहेरचं विश्व आपल्या अंतरंगातल्या विश्वाचंच प्रतिरूप असतं. याचाच अर्थ, आपण आपलं ध्येय पक्कं मनात रुजवायला हवं. निश्चयपूर्वक, खूप काळापर्यंत ते घट्ट धरलं, तर हळूहळू आपल्याला त्याची प्रतिक्रिया बाहेरच्या जगामध्येही दिसायला लागेल.

संपत्तीच्या बाबतीतही हाच नियम लागू पडतो. त्यामुळे आपले विचार, आपल्या आर्थिक इच्छांना दृढतेनं धरून ठेवणारे असायला हवेत; जेणेकरून बाह्य जगामध्ये ते हळूहळू प्रकट होऊन आपलं ध्येय पूर्ण होईल.

सत्याचा दिवा पेटवा, नवी समज घेऊन समृद्ध
जीवनात प्रवेश करा आणि पैशाला मार्ग समजून
त्याला बळकट करण्याचं रहस्य जाणून घ्या.

भाग - २३

खरी दौलत मिळवा
समृद्धीचं सूत्र

पैशानं काय मिळत नाही?
पैशानं मौन मिळत नाही,
पैशानं प्रेमही मिळत नाही,
पैशानं खरा आनंदही मिळत नाही.

वैभव नावाचा एक मनुष्य रोज देवाची प्रार्थना करायचा, 'हे देवा, मला धन आणि वैभव दे, जेणेकरून मला समाधान मिळेल.'

एके दिवशी रात्री त्याला एक स्वप्न पडलं. त्यात त्याला सूचना मिळाली, की दुसऱ्या दिवशी सकाळी त्याला तीन लोक भेटतील, त्यांना *'तुमची संपत्ती मला द्या,'* असं त्यानं सांगायचं आहे. असं केल्याने त्याची प्रार्थना फळाला येईल.

वैभव या स्वप्नाने खूपच खूश झाला. देवानं आपल्याला दर्शन देऊन श्रीमंत होण्याचा मार्गही दाखवला, याचा त्याला खूप आनंद झाला. सकाळी उठल्यावर तो जेव्हा घराबाहेर पडला, तेव्हा त्याला खरोखरच एकापाठोपाठ एक असे तीन लोक भेटले.

पहिला माणूस, एक धनाढ्य शेठजी होता. स्वप्नातल्या सूचनेनुसार वैभवनं किंचित भीत-भीत शेठजीला म्हटलं, *'तुमची संपत्ती मला द्या.'*

त्याचं बोलणं ऐकून शेठजी त्याच्यावर ओरडले, 'चल चालता हो, स्वतःला काय समजून तू माझी संपत्ती मागतो आहेस?'

दुसरा माणूस एक साधू होता. तेव्हा वैभव त्यालाही भीत-भीतच म्हणाला, 'तुमची संपत्ती मला द्या.'

साधूनं त्याचं बोलणं ऐकून त्याच्या हातात आपला कटोरा ठेवला. आपण काय अपेक्षा करत होतो आणि आपल्या हाती काय आलं, असा विचार करून वैभव तिथून निघून गेला.

आता तिसरा भेटलेला मनुष्य सर्वसाधारण दिसत होता. वैभवनं पुढे जाऊन त्या माणसाला आपल्या स्वप्नाची संपूर्ण कहाणी सांगितली. ती ऐकल्यावर त्या साधारण दिसणाऱ्या माणसानं खिशात हात घालून एक हिरा काढला आणि तो वैभवला देत म्हणाला, 'हे घे, हीच माझी संपत्ती आहे.'

हिरा मिळाल्यावर वैभवला खूप आनंद झाला. त्याला वाटलं आता आपल्या सर्व अडचणी, सगळ्या चिंता दूर होतील. आपल्याला यश मिळून अखेर समाधानही मिळेल.

हिरा घेऊन वैभव घरी आला पण त्याला रात्रभर झोप लागली नाही. तो बेचैन होऊन विचार करत बसला. सकाळ झाली, वैभव परत काल जिथे उभा होता, त्या रस्त्यावर जाऊन हिरा काढून देणाऱ्या तिसऱ्या माणसाची वाट पाहायला लागला. पण तो मनुष्य त्या दिवशी त्याला भेटलाच नाही. दुसऱ्या दिवशी पुन्हा तेच झालं. अखेर तीन दिवसांनी तो मनुष्य त्याला भेटला.

वैभवच्या चेहऱ्यावर आनंद आणि आश्चर्याचे भाव उमटले. त्यानं धावत जाऊन त्या माणसाला विचारलं, 'तुम्ही मला तुमची खरी दौलत का दिली नाही? त्या शेठजींनी मला हाकलून दिलं, साधूनं तर माझ्या हातात भिक्षेचा कटोराच ठेवून घाबरवून टाकलं. तुम्ही मात्र अक्कलहुशारीनं मला कटवलं.'

आता आश्चर्य करण्याची पाळी त्या माणसाची होती. तो म्हणाला, 'काय झालं? तू मला संपत्ती मागितलीस म्हणून मी हा हिरा तुला दिला.' त्यावर वैभव म्हणाला, 'होय, तुम्ही मला हिरा दिलात, पण ही तुमची खरी दौलत नव्हे. गेले तीन दिवस मला झोपच आली नाही. तुम्ही किती सहजतेनं हा हिरा माझ्या हवाली केला याचाच विचार मी करत होतो. तुमच्याकडे अशी कोणती जाण वा माहिती आहे, ज्यामुळे तुम्ही

इतक्या सहजतेनं मला हिरा दिला? तुम्ही ज्या ज्ञान आणि समजेच्या बळावर इतकं मोठं पाऊल उचलू शकलात, ते मला हवंय. तीच तुमची खरी संपत्ती आहे. घरी गेल्यावर माझ्या लक्षात आलं, की समाधान हिऱ्यामुळे नव्हे, तर तुमच्याकडे जी समज आहे, तिच्यामुळेच प्राप्त होईल.'

अत्यंत साधारण दिसणारा असा तो मनुष्य म्हणाला, 'खरी संपत्ती तर तुझ्याकडेदेखील आहे. नव्हे, ती तुझ्या अंतरंगातच आहे. तुला फक्त ते स्थान, तेजस्थान (हृदय) शोधायला हवं. ध्यानधारणेद्वारे त्यात डुबकी मारून तिथे स्थिर होण्याची कला शिकायला हवी. त्यानंतर तुलाही निर्णय घेणं सोपं जाईल. तुला कधीही पैशाची कमतरता जाणवणार नाही आणि तुझ्या खऱ्या दौलतीची चोरीदेखील होणार नाही.'

'तुझी समज वाढव आणि खरी दौलत, खरी संपत्ती असलेल्या तुझ्या चेतनेचा स्तर वाढव. ही दौलत जोवर तुझ्याकडे आहे, तोवर तुला आनंद आणि समाधान कधीही कमी पडणार नाही. ही दौलत कधीही कमी न होण्यासाठी तिच्यावर सतत लक्ष ठेव. कारण ज्या गोष्टीवर आपण लक्ष ठेवतो, ती कधी चोरीला जात नाही.'

या गोष्टीत वैभवला भेटलेला पहिला मनुष्य शेठजी म्हणजे एक संसारी गृहस्थ होता, दुसरा एक संन्यासी होता, तर तिसरा तेजसंसारी होता. संसारी मनुष्याचं प्रतीक असलेल्या वैभवला त्या दिवशी समजलं, की समज, सजगता, मौन, ध्यान, वेळ आणि प्रेम हीच खरी दौलत आहे आणि ती आपल्या अंतरंगातच आहे.

यासाठी तुम्हीसुद्धा खरे श्रीमंत (तेजसंसारी) बना. पैशाबाबत कुठलीही चुकीची मान्यता बाळगू नका, सगळ्या मान्यता प्रकाशात आणा. पैशाला तुमचा उपयोग करू देऊ नका, त्याला तुमचा प्रशस्त मार्ग बनवा.

गरज आणि इच्छा यांचा विचार करून खरेदी करा. बचत करण्याची सवय लावून घ्या. पैशाचा आदर करा आणि त्याला आपल्या जीवनामध्ये योग्य गतीनं, विनाअडथळा वाहू द्या. 'पैसे गेले... पैसे गेले,' असं न म्हणता त्या पैशानं काय आलं, त्याचा विचार करा. 'सगळं काही भरपूर आहे,' हा मंत्र आणि ही समज मनामध्ये ठेवत प्रार्थना करा.

'तुम्ही जे देता, त्यानंच विकास होतो आणि जे घेता, त्यानं फक्त उदरनिर्वाह चालतो,' हा पैशासंबंधीचा निसर्गनियम समजावून घ्या. तुमचा आजवर जो काही विकास झालाय, तो दिल्यानेच झालेला आहे. तुम्ही जेव्हा तुमच्याजवळची एखादी गोष्ट इतरांना देता, तेव्हा ती अनेकपटींनी वाढून, तुमच्याकडे परत येते. हा महान नियम

समजून घेऊन, स्वतःलाही द्यायला शिका.

खर्चाचं अंदाजपत्रक बनवून बचतीची सवय लावून घ्या. आपल्या कमाईचे दहा भाग करून, त्यातल्या नऊ भागांमध्ये आपले सगळे खर्च बसवा. तुमच्या अपूर्ण इच्छांसाठी जादूची पेटी बनवा. खर्चांबद्दल जागरूक राहा म्हणजे तुमचे पैसे कुठे खर्च होत आहेत, हे तुम्हाला कळेल.

बचतीबरोबरच पैशाची जोपासना, पैशाचं संवर्धनही करायला शिका. फसवणूक करणाऱ्या योजनांमध्ये अडकू नका. तुमच्याकडून नेहमी श्रद्धेचं बीज पेरत राहा आणि त्यानंतर तिथे थांबा, टिकून राहा. इतर लोकांच्या विकासाचं निमित्त बना, त्यांना मदत करा, त्यांच्या समस्या सोडवा. या गोष्टी म्हणजे श्रद्धेचं बीज होय. ते पेरायला कधीही विसरू नका.

पैसा कमावण्यासाठी कष्ट करण्यापासून कधीही दूर पळू नका. त्याविषयी जागृत व्हा, सजग व्हा. काम करण्यापासून अंग न चोरणारे, कुठलंही काम करायला मागे–पुढे न पाहणारे लोक कधीच बेकार राहत नाहीत. नवीन गोष्टी शिकण्यामध्ये रस असणारे आणि आपली दृष्टी इतरांच्या बुद्धीवर (ज्ञान) ठेवणाऱ्या लोकांना योग्य मार्ग समजतो. ते आपले पैसे बँकेत टाकण्यामध्ये चालढकल करत नाहीत, पैसा निष्काळजीपणानं खर्च करत नाहीत, त्यांना पैशाच्या समस्येचं पुढील सूत्र माहीत असतं.

अविचार + आळस + चुकीच्या सवयी – समज = पैशांची समस्या

आपले विधायक विचार आणि सृजनात्मक विचारशक्तीद्वारे लोकांना गरज असलेल्या वस्तू निर्माण करा. त्यामुळे तुम्हाला पैशाची चणचण कधीही जाणवणार नाही. आपला कंजूषपणा कमी करून दान करायला शिका. ही सगळी समृद्धीची रहस्यं असल्याने त्यांचा आपल्या जीवनामध्ये उपयोग करून समृद्ध व्हा. आता पुढच्या भागात आपण समृद्धीचं आणखी एक रहस्य जाणून घेणार आहोत. ते म्हणजे, 'कंजुसीतून मुक्ती, मुबलकतेशी युक्ती.'

पैसा मिळवण्यासाठी कष्ट करण्यापासून दूर पळू नका,
त्याप्रती जागृत व्हा.

भाग - २४

कंजुसीतून मुक्ती

मुबलकतेशी युक्ती

जीवनाच्या प्रत्येक स्तरावर मुबलकतेचा अनुभव करणं आणि सूक्ष्म कंजुसीतूनही मुक्त होणं हाच खरंतर मनुष्याच्या जीवनाचा उद्देश आहे.

एकदा एक मोठ्ठं जहाज समुद्रात बुडायला लागलं. ते बघून त्यात बसलेला एक प्रवासी खूप खुश झाला. हे पाहताच इतर प्रवाशांनी त्याला त्याचं कारण विचारलं, 'अरे, हे जहाज आता बुडत आहे, सर्वांच्या प्राणांवर बेतलं आहे आणि तुला तर आनंद होत आहे... असं का?' त्यावर तो हसत म्हणाला, 'हे परमेश्वरा, तुला कोटी-कोटी धन्यवाद! तुझे आभार मी कसे व्यक्त करू? कारण मी तर परत जाण्याचं तिकीटच काढलं नव्हतं! माझे तर पैसे वाचले पण ज्यांनी रिटर्न तिकीट काढलं त्यांच काय? त्यांचे तर सगळे पैसे पाण्यात...!'

वास्तवात हा तर केवळ एक विनोद आहे. पण याद्वारे आपल्याला अशी शिकवण मिळते, की त्या कंजूस मनुष्याला केवळ इतरांचे व्यर्थ गेलेले पैसे दिसले परंतु काही क्षणात तो स्वतःच पाण्यात बुडणार आहे, हे त्याच्या स्वप्नातही नसावं!

मनुष्य अशाप्रकारे कंजुसी का आणि कधी करतो? जेव्हा त्याला जीवन निश्चितपणे

कोणत्या नियमांवर आधारित आहे, हेच ठाऊक नसतं. त्याच्याकडून नियतीच्या नेमक्या काय अपेक्षा आहेत? या अदृश्यात असणाऱ्या गोष्टींविषयी जाण नसल्यानेच तो कंजुसी करायला प्रवृत्त होतो.

आपण जेव्हा एखाद्याची खुल्या दिलानं प्रशंसा करतो, तेव्हा अदृश्य जगात नेमकं काय घडतं? आपण एखाद्याला मदत करतो, तेव्हा निश्चितपणे काय घडतं? समजा, एखाद्या गरजूला आपण पैशाची मदत केली... आजारी माणसाची सेवा केली... कोणाचं सांत्वन केलं.. धार्मिक स्थळांवर सेवा केली... आपल्याला सुचलेली चांगली कल्पना कोणाला सांगितली... कोणासाठी मनापासून प्रार्थना केली...' खरंतर असं करून आपण विश्वास-बीजच पेरत असतो. मात्र, याने आपलं जीवन अदृश्यात किती बदलतंय याची आपल्याला कल्पनाच नसते. अगदी अशाचप्रकारे आपण जेव्हा एक बी जमिनीत पेरतो. तेव्हा त्याच्यासोबत नेमकं काय घडतंय, हे वरकरणी जरी आपल्याला दिसत नसलं तरी एका हिरव्यागार छोट्या रोपट्याच्या रूपानं जेव्हा ते आपल्या दृष्टीस पडतं तेव्हा त्याचे पुरावे आपल्याला मिळतात.

कंजुसीचा परिणाम

या कंजुसीचा परिणाम आपल्या आसपास असणाऱ्या लोकांवर कसा घडतो, हे आता आपण बघू या. कंजूस मनुष्य नेहमी स्वतःच्या स्वभावावर, वागण्यावर खुश असतो. कारण कुठल्याही घटनेचा केवळ वरवरचा हिस्सा तो बघू शकतो, नकारात्मक भाग त्याला दिसतच नाही. मग अशी विचारधारा असणारे लोक नेहमीच उपदेश करताना आढळतात. 'आम्ही आमचे केस उगाचंच उन्हात पांढरे केले नाही... शिवाय आयुष्यात आम्ही अनेक उन्हाळे-पावसाळे पाहिले आहेत, अनेक अनुभवातून गेलो आहोत... तेव्हा आम्ही सांगत असलेले खोटं ठरूच शकत नाही.' असा विचार करून ते प्रत्येक गोष्ट केवळ बाह्यरूपात बघत असतात. यावर जराही शंका त्यांना येत नाही. जुन्याच, पठडीतल्याच विचारांचा पगडा त्यांच्यावर इतका असतो, की युवापिढीला नवीन काम करण्यास ते प्रोत्साहनच देत नाही. स्वतःमधील भीती, पूर्वग्रह ते सतत नव्या पिढीवर थोपत असतात आणि हेच अखंडपणे चालू आहे. अशाप्रकारे कंजूस मनुष्य त्याच्या संपर्कात येणाऱ्या प्रत्येकावर आपला प्रभाव टाकत असतो.

एकदा एका कंजूस माणसाने श्रीमंत माणसाला रक्तदान केलं, जेणेकरून तो धनिक एकदम स्वस्थ झाला. मग त्याने त्या कंजूस माणसाला एक कार भेट दिली. कंजूस मनुष्याला अत्यानंद झाला. पुन्हा काही दिवसाने तो श्रीमंत मनुष्य आजारी

पडला. आताही त्याला रक्ताची गरज भासल्याने कंजूस मनुष्याला बोलावण्यात आले. अत्याधिक खुश होऊन कंजूस माणूस विचार करू लागला, 'यावेळी कमीत कमी एक बंगला किंवा मर्सिडिज तर नक्कीच मिळणार...' अशा मनोकल्पनेत मग्न होऊन त्याने आनंदाने रक्तदान केलं. पण यावेळी त्याला मिळाले केवळ लाडू...!

आता तुम्हीच विचार करा, फक्त लाडू मिळाल्याने त्याची परिस्थिती कशी झाली असेल? तो अत्यंत निराश झाला. तो त्या श्रीमंत माणसाकडे जाऊन म्हणाला, 'मला तर वाटलं होतं, तुम्ही मला पहिल्यापेक्षा मोठी काहीतरी वस्तू द्याल परंतु माझी घोर निराशा झालीय. तुम्ही तर मला केवळ लाडूच दिले आहेत... त्यावर तो श्रीमंत मनुष्य उद्‌गारला, 'अरे, माझी तर तुला खूप काही देण्याची इच्छा होती. पण काय करू, आता माझ्या शरीरात एका कंजूस व्यक्तीचं रक्त वाहतंय, त्याचा काहीतरी परिणाम तर होणारच ना!

तात्पर्य-कंजूस मनुष्याच्या सहवासात राहणाऱ्याचे विचारदेखील तसेच बनतात.

निसर्गाचा गुण- वृद्धिंगत करणे

'आपण निसर्गाला जे देतो, तेच तो आपल्याला वृद्धिंगत करून परत देतो' हा निसर्ग नियम ठाऊक नसल्याने मनुष्य विचार करतो, 'मी जर माझ्या वस्तू कोणाला दिल्या तर मग माझ्याकडे शिल्लक काय राहणार? पण जर मला कुणी काही दिलं तर किमान माझ्याकडे नवीन काही तरी येईल, संग्रह होईल.' अशा विचारांमुळे माणूस नवीन प्रयोगच करू इच्छित नाही. शिवाय द्यायला नेहमी कंजुसी करत राहतो. परिणामी, समृद्धीपासून तो नेहमी वंचित राहतो.

वास्तवात कुणाला काही देणं म्हणजे सुपीक जमीनीत बीज पेरण्यासारखंच आहे. समजा, शेतकऱ्याने आपल्या शेतात बीज पेरण्यात कंजुसी केली तर आपण त्याला काय म्हणाल? हेच ना, की बीजांची बचत करून त्याने निसर्गाला त्यावर काम करण्याची संधीच दिली नाही. निसर्ग म्हणजे, 'नियती', 'ईश्वर', 'गुणक' (मल्टिप्लायर) जो प्रत्येक गोष्ट आपल्याला वाढवूनच परत करतो. यासाठीच सर्वप्रथम आपल्याला योग्यरूपात 'द्यायला' म्हणजे बीज पेरायला शिकायचं आहे.

आपल्या आयुष्यात ज्या काही समस्या आहेत त्यावर दुःख करत बसू नका. तर त्यांचं निरसन व्हावं म्हणून योग्य बीज टाकून निसर्गाला त्यावर काम करण्याची संधी द्यायला हवी. कारण शुन्याला हजार, लाख, कितीही कोटींनी गुणलं तरी शेवटी राहतं ते 'शून्यच'! म्हणून आपल्याला समृद्ध व्हायचं असेल, तर योग्य बीज पेरणं आवश्यक

आहे आणि हे छोटंस बीज काय चमत्कार घडवू शकतं, हे आपण जाणत नाही.

भावनेचं फळ

तसं पाहिलं तर नेहमीच असं आढळतं, लोक विश्वास-बीज तर पेरतात परंतु योग्य भावनेनं नव्हे! परंतु वास्तव हे आहे, की जी भावना ते मनात बाळगतात तीच भावना काम करते. आपली देण्याची भावना आणि क्षमता यानुसार निसर्ग ते बीज वृद्धिंगत करतो. कारण ज्या व्यक्तीला तुम्ही दान देता ती तर केवळ एक माध्यम असते. त्या व्यक्तीच्या माध्यमातून तुम्ही ते दान खरंतर निसर्गालाच देत असता. मग ते दान पैशाच्या रूपात असो, श्रमाचं असो, प्रार्थनेचं असो वा विचारांचं!

दान कोणत्या रूपात आहे, या गोष्टीने काही फरक पडत नाही. मात्र अनेक लोक दान देताना हाच विचार करतात, 'मी भिकाऱ्याला पैसे दिले... मी गरिबाची मदत केली... मी माझ्या मित्राला आर्थिक साहाय्य केलं...' म्हणून आता माझे पैसे संपले... ब्लॉटिंग पेपर जसा शाई शोषून घेतो तसं माझं धनही शोषलं गेलं, नष्ट झालं... या धारणेसह जे बीज पेरलं जातं ते जळून नष्ट होतं. मग निसर्ग त्यात कोणती गोष्ट वृद्धिंगत करेल? मनुष्य अगदी अशाच प्रकारे विचार करत नसला तरी त्याची त्यामागची भावना तशीच असते आणि याच धारणेनुसार मनुष्याचं जीवन व्यतीत होत असतं.

निसर्गनियमानुसार या धारणेसह जे लोक कर्म करतात, त्यांना तसं फळ मिळतं नाही, जसं मिळायला हवं. कारण त्यांच्या मनात दिल्याने सर्व संपतं, ही भावना असते. म्हणून लोक द्यायलाही घाबरतात. परंतु जर कोणी काही दिलं तर मात्र त्यांना खूप आनंद होतो. परंतु लक्षात ठेवा, आपल्याला जे मिळतं ते कधीही वृद्धिंगत होत नाही. याउलट आपण जे देता ते वाढून आपल्याकडे परत येतं. तसं पाहिलं तर देणं-घेणं या दोन्ही गोष्टी चांगल्या आहेत. परंतु दोन्हींमुळे समान फळ मिळत नाही. आनंदाने, समजेने दिलेली वस्तू निश्चितच वाढून आपल्याकडे परत येणार ही गोष्ट जर कंजूस माणसाला समजली तर मग तो कंजूस राहणारच कसा!

आपल्याला जर कंजुसीतून मुक्त होऊन धनवान बनायचं असेल तर, 'प्रत्येक क्षणी मनुष्याचं देणं आणि घेणं केवळ निसर्गासोबत चालू असतं' ही गोष्ट त्याने नेहमी लक्षात ठेवायला हवी. म्हणून कोणालाही दान देताना, 'हे मी एखाद्या व्यक्तीला देत नसून निसर्गाला देत आहे, जो मोठा गुणक आहे. निसर्ग मला प्रत्येक गोष्ट वाढवूनच देतो.' अशा योग्य भावनेनं केलेलं दानच आपल्याला समृद्धी आकर्षित करणारा चुंबक बनवेल.

म्हणून आपण जे काही द्याल त्यासोबत आनंदाची भावना जोडा, योग्य समज बाळगा. जेणेकरून देणारा (ईश्वर, नियती) आपल्याला प्रत्येक गोष्ट भरपूर देईल आणि हेच जीवनाचं रहस्य आहे.

निसर्गाची बँक

निसर्ग म्हणजे एक मोठी बँक आहे आणि बाह्यजगात बँकेत जसे काही नियम असतात तसेच त्याचेही काही विशेष नियम आहेत.

१) आपण निसर्गाला जे काही देता त्याचा गुणाकार (मल्टिप्लिकेशन) होऊन पुन्हा ती वस्तू आपल्याला परत मिळते.

२) या बँकेत सर्वांचं खातं असलं तरी थोडेच लोक यात डिपॉझिट करतात. बहुतेक लोकांना तर खात्यातून पैसे काढण्याचीच (कॅश विड्रॉल) इच्छा असते.

३) ही बँक अशा लोकांनाच भरपूर धन देते, जे घेण्यात नाही तर देण्यात रस दाखवतात.

४) या बँकेचं कार्य कोणाला दिसत नाही, कारण ते अदृश्यात चालू असतं.

५) ही बँक असीम, अनंत आणि समृद्ध आहे. या बँकेतून आपल्याला जर भरपूर धनसंपदा हवी असेल, तर सर्वप्रथम आपल्याला या बँकेवर विश्वास, श्रद्धा ठेवावी लागेल.

६) आपण जर एखाद्या गरजू मनुष्याला मदत करत असाल तर, 'मी निसर्ग नामक बँकेत डिपॉझिट करत आहे. शिवाय मी कोणा व्यक्तीला अथवा संस्थेला देत नसून साक्षात निसर्गाला देत आहे.' ही समज त्यावेळी बाळगायला हवी.

७) निसर्गरूपी बँक आपल्याजवळ किती पैसे आहेत, हे पडताळून बघत नाही तर आपल्या भावना कशा आहेत, हे बघते. आपण जर कंजुसीच्या भावनेसह जीवन जगत असाल, तर निसर्ग आपल्याला कुठलंही साहाय्य करणार नाही.

८) आपल्या अंतर्यामी जर 'मुबलकते'ची भावना असेल, तर निसर्ग आपल्याला प्रत्येक गोष्ट भरपूर प्रमाणात देतो. मग ते धन असो अथवा ध्यान, प्रेम असो वा ज्ञान, भक्ती असो वा शक्ती. यासाठी नेहमी उदारतेच्या भावनेत राहून अभावाच्या उणीवेतून मुक्त व्हा.

आपला संपर्क केवळ स्रोताशी म्हणजे निसर्गाशी असतो, हे नेहमी लक्षात ठेवा.

आपण जेव्हा एखाद्याची मदत करतो तेव्हा वास्तवात आपण स्वत:चीच मदत करत असतो. म्हणून आपल्याजवळ ज्या काही चांगल्या गोष्टी आहेत त्या इतरांना द्यायला सुरुवात करा, जेणेकरून आपल्या जीवनात उत्तम गोष्टींचा प्रवाह सुरू होईल.

जसं, आपल्याला एखादा ड्रेस अजिबात आवडत नाही. मग आपण विचार करता, 'तसाही हा ड्रेस मला आवडत नाही. मग मी हा कुणाला दान दिला तर... परंतु खऱ्या अर्थाने दान देण्याची ही योग्य पद्धत नव्हे. कमीत-कमी वर्षातून एकदा तरी आपल्याला आवडणारा ड्रेस एखाद्या गरजूला द्या, नावडता, घरात पडलेला ड्रेस देऊ नका. असं केल्यानेच आपण खऱ्या अर्थाने कंजुसीतून मुक्त व्हाल.

आपण आज कुठल्या गोष्टींमध्ये कंजुसी करतो, यावर मनन करून पुढील गोष्टींवर टीक करा. 'मी कुठे-कुठे कंजुसी करतो?'

१) एखाद्या गरजूला आर्थिक मदत करणे.

२) एखाद्याच्या चांगल्या गुणांची प्रशंसा करणे.

३) एखाद्याला कपडे, भोजन यांसारख्या आवश्यक वस्तू देणे.

४) एखाद्या समस्याग्रस्त माणसाला सल्ला देणे.

५) नैसर्गिक संकटात श्रमदान करणे.

६) विश्वशांतीसाठी प्रार्थना करणे.

कित्येक लोक सांगतात, जेव्हा आम्ही आमचं घर सोडून बाहेर पडलो तेव्हा आमच्या खिशात केवळ १०० रुपये होते. परंतु आज आमची सांपत्तिक स्थिती उत्तम आहे, स्वत:ची कंपनी आहे. याचाच अर्थ, या लोकांनी सुरुवातीला कोणतं बीज पेरलं असेल, याचा आपण कधी विचार केलाय? शिवाय त्यांनी रात्रंदिवस मेहनत केली असेल. आत्मविश्वासासह काही आव्हानं स्वीकारून, अंगी विनम्रता बाळगून एखाद्याला विनाअट मदत केली असेल. याच गोष्टींचा परिणाम म्हणजे निसर्गाने त्यांना अशी समृद्धी बहाल केली. पण श्रीमंत झाल्यानंतर जर आपले पैसे जातील या भीतीपोटी हे लोक कंजूस बनत असतील, तर त्यांनी नेहमी स्वत:ची पूर्वावस्था आठवायला हवी. असं केल्याने त्यांचं भय दूर तर होईलच शिवाय कंजुसीतून ते मुक्तही होतील.

विश्वास-बीज, मुबलकतेचं पीक

विश्वासच जेव्हा आपलं बीज बनतं तेव्हा आपण मुबलकतेचं आणि आश्चर्याचं

पीक प्राप्त करतो. याउलट 'कंजुसी' जेव्हा आपलं बीज बनतं तेव्हा 'अभाव', 'दारिद्रय' आणि 'अविश्वास' यांचंच पीक आपल्याला मिळतं. जीवनाच्या प्रत्येक स्तरावर मुबलकतेचा अनुभव करणं आणि सूक्ष्म कंजुसीतूनही मुक्त होणं हाच खरंतर मनुष्याच्या जीवनाचा उद्देश आहे. आपण जेव्हा कंजुसीतून मुक्त होतो, तेव्हाच खऱ्या अर्थाने विश्वाच्या समस्यांविषयी विचार करू शकतो. त्यानंतरच विश्वास-बीज पेरून भ्रष्टाचार, भूकबळी, दहशतवाद किंवा प्रदूषणासारख्या समस्या नष्ट करू शकतो. पण विश्वातील सर्व समस्या विलीन करण्यासाठी सर्वप्रथम आपल्याला कंजुसीतून मुक्त व्हावं लागेल.

आपल्या अंतर्यामी 'देण्याची', 'भरपूरतेची' भावना असेल तर आपण प्रत्येक समस्येसाठी योग्य विश्वास-बीज टाकू शकतो. कंजुसीतून मुक्त होताच आपल्याला समस्यांवरील रचनात्मक उपाय दिसू लागतात आणि एका समस्येचं निरसन करण्यासाठी अनेक पर्याय आपल्यासमोर उलगडतात. जे लोक कंजुसीतून मुक्त होतात त्यांच्याचद्वारे अधिकाधिक सर्जनशील कल्पना आविष्कृत होतात. अन्यथा कंजुसी वृत्ती आपल्या आयुष्यात अडथळा बनून सहजतेने होणाऱ्या समृद्धीच्या प्रवाहाला रोखू शकते.

उच्चतम विकसित समाज

'उच्चतम विकसित समाज निर्माण व्हावा, विश्वाच्या साऱ्या समस्यांचं निराकरण व्हावं असं तुम्हाला मनापासून वाटतं का?' उच्चतम विकसित समाज म्हणजे असा समाज जेथे सर्वांच्या चेतना अत्युच्च शिखरावर आहे. जेथे प्रत्येक मनुष्य शारीरिक, मानसिक, सामाजिक, आर्थिक आणि आध्यात्मिक स्तरावर आपल्या सगळ्या शक्यता विकसित करतोय. येथील प्रत्येक मनुष्याच्या जीवनात प्रेम, पैसा आणि परमशांतीचा प्रवाह सातत्याने सुरू आहे. येथील सर्व लोक भरपूरतेच्या भावनेत आणि पूर्णतेच्या अनुभूतीत जगताहेत. शिवाय प्रत्येकजण आपल्या अंतर्यामी असलेल्या स्रोताशी जोडलेला आहे. येथील लोक केवळ पैशांनीच नव्हे तर स्वास्थ्य, मधुर नातेसंबंध, सर्जनशील कार्य, नि:स्वार्थ जीवन आणि आध्यात्मिक समज अशा जीवनातील सर्व पैलूंवर मुबलकतेचा अनुभव करत आहेत. येथील लोकांमध्ये कंजुसीचा छोटा अवशेषही शिल्लक नाही.

मग काय आपण अशा समाजाच्या निर्मितीसाठी निमित्त बनायला तयार आहात? आपलं उत्तर जर 'हो' असेल तर स्वत:ला सांगा, 'मी कंजुसीच्या नाही तर मुबलकतेच्या पक्षात आहे' आणि यालाच म्हटलं जातं 'स्वसंवाद'! दिवसभरात जेव्हा आपल्याला आठवण येईल तेव्हा पुढील स्वसंवाद वारंवार उच्चारत राहा.

- 'मी आयुष्यात प्रत्येक क्षणी 'मुबलकते'चा अनुभव करू इच्छितो...
- माझ्या आयुष्यात परमेश्वराचं अस्तित्व, प्रेम आणि पैसा भरपूर आहे...
- मी कंजुसीतून मुक्त असून भरपूरतेनं युक्त आहे...
- माझ्या जीवनात मला सर्वोत्तम लोक, सर्वोत्कृष्ट वस्तू, भरपूर धन, ध्यानाची सखोलता आणि स्वातंत्र्याचा आनंद प्राप्त झालाय...
- मी मुबलकतेसाठी ग्रहणशील आहे...'

आपल्याला आयुष्यात जे काही हवंय ते सर्व मिळू शकतं पण आवश्यकता आहे केवळ कंजुसीतून मुक्त होण्याची. म्हणून सकारात्मक स्वसंवाद वारंवार उच्चारण्यासाठी आणि निसर्गाची प्रशंसा करण्यासाठी कधीही कंजुसी करू नका. कारण आपल्या जीवनात आज ज्या काही सकारात्मक गोष्टी आहेत त्या केवळ निसर्गाच्या कृपेनेचं.

ही समज अंगी बाणवून, नेहमी सजगतेनं निसर्गासोबत आपलं तारतम्य कायम ठेवा. जेणेकरून आर्थिक समृद्धीसह आपण शारीरिक, मानसिक, सामाजिक, आर्थिक आणि आध्यात्मिक समृद्धीचे स्वामी बनाल.

'पैसे गेले... पैसे गेले,' असं न म्हणता
त्या पैशानं काय आलं, याचा विचार करा.
'सगळं काही भरपूर आहे,' हा मंत्र आणि
ही समज मनामध्ये ठेवत प्रार्थना करा.

भाग - २५

जे हवंय, त्याकडेच लक्ष द्या!

श्रीमंतीचं आंतरिक रहस्य

'जे हवंय' त्यावर सजगतेने, निरंतरतेने विचार करा.
केवळ त्याच बाबींवर तुमचं लक्ष केंद्रित करा.
'काय नकोय' यावर मुळीच विचार करू नका.
हेच आहे, श्रीमंतीचं आंतरिक रहस्य!

एका शहरात हिऱ्यांचा व्यापारी राहायचा. अर्थातच लक्ष्मी त्याच्या घरी पाणी भरत होती. पण त्याची संपत्ती चोरीला जाईल की काय, या विचारामुळे तो नेहमी तणावग्रस्त असायचा. म्हणूनच रोज सकाळी उठल्यानंतर आणि रात्री झोपण्यापूर्वी तो त्याच्या तिजोरीत ठेवलेल्या हिऱ्यांचं आणि पैशांचं दर्शन घेऊन देवाला प्रार्थना करायचा, ''हे ईश्वरा, मी हे सर्व हिरे मोठ्या कष्टानं मिळवलेत. कृपाकरून यांची कधीच चोरी होऊ देऊ नकोस. माझ्या संपत्तीला कुणाची नजर लागू देवू नकोस. माझ्यापासून हे हिरे अजिबात हिरावून घेऊ नकोस.'' त्या व्यापाऱ्याचा प्रत्येक दिवस याच प्रार्थनेनं उजाडायचा आणि मावळायचा. थोडक्यात, त्याच्या मनात एक विचार प्रबळ होता, ''माझे हिरे कधीच चोरीला जाऊ नयेत.''

त्या व्यापाऱ्याच्या मुलाकडेदेखील अनेक मौल्यवान आणि दुर्मिळ वस्तू होत्या. 'या दुर्मिळ वस्तूंचं संग्रहालय तयार करावं; जेणेकरून प्रेक्षकांना अमूल्य वस्तूंचं दर्शन

घडून ते कृतकृत्य व्हावेत', हा विचार त्या मुलाच्या मनात वारंवार यायचा. तो ईश्वराकडे सतत प्रार्थना करायचा, "हे ईश्वरा, या सर्व दुर्मिळ वस्तू मी वेगवेगळ्या ठिकाणांहून संग्रहित केल्या आहेत. या वस्तू म्हणजे माझ्यासाठी जीव की प्राण! म्हणून माझी तुला इतकीच प्रार्थना आहे, की माझ्या या सर्व वस्तू सुरक्षित आणि माझ्यासोबत कायम असाव्यात." व्यापाऱ्याचा मुलगा त्या वस्तूंसाठी ईश्वराला नेहमी धन्यवाद द्यायचा.

त्याच शहरात एक चोर राहायचा. खूप दिवसांपासून चोराच्या मनात विचार येत होते, "आजवर मी अनेक छोट्या चोऱ्या केल्या. आता मात्र मला एक मोठी चोरी करायचीय. मग चोरांच्या टोळीत माझ्यासारखा केवळ मीच बॉस असेन!" या विचाराने चोराच्या मनाचा जणू ताबाच घेतला होता. मग तो चोर आपली योजना सफल बनवण्यासाठी शहरातल्या बंगल्यांचं सर्व्हेक्षण करू लागला.

खरंतर त्या शहरात कित्येक श्रीमंत लोक राहत होते. पण चोराच्या नजरेत मात्र त्या व्यापाऱ्याचा बंगला भरला आणि एक दिवस त्या चोरानं आपला मनसुबा साधला. त्यानं व्यापाऱ्याच्या बंगल्यावर डाका घालून त्याच्या तिजोरीतील सर्व हिऱ्यांची आणि मौल्यवान खड्यांची चोरी केली. शिवाय, तो तिथून पसार होण्यातही यशस्वी झाला. आश्चर्य म्हणजे, व्यापाऱ्याच्या मुलाकडे असणाऱ्या किमती वस्तूंवर चोराची नजरदेखील पडली नाही.

घडला प्रकार लक्षात येताच, व्यापाऱ्याला धक्काच बसला. कारण त्याच्या आयुष्यभराची कमाई चोरीला गेली होती. क्रोधवश तो देवालाच शिव्याशाप देऊ लागला, "काय दिवस दाखवलेस रे देवा... आयुष्यभर तुझी नेमाने पूजा-अर्चा केली, त्याचं हे फळ?"

त्या शहरात एक पोलिस इन्स्पेक्टरही राहत होता. खूप दिवसांपासून प्रकर्षानं त्याला एक विचार येत होता, "माझ्या इतक्या वर्षांच्या कामगिरीत, मी कित्येक छोट्या चोरांना धडा शिकवला. लहान-लहान चोऱ्या पकडल्या. पण आता मात्र मला एक अट्टल चोर पकडायचाय. मगच माझी प्रगती होईल." रात्रंदिवस पोलिस इन्स्पेक्टरच्या मनात एकच विचार असायचा, 'मला एक मोठा चोर पकडायचाय.' काही दिवसांनी त्या पोलिस इन्स्पेक्टरने नेमका तोच चोर पकडला, ज्याने व्यापाऱ्याच्या हिऱ्यांची चोरी केली होती. या एका साहसी कामगिरीमुळे तो पोलिस इन्स्पेक्टर अचानक प्रसिद्धीच्या झोतात आला आणि त्याच्यासाठी प्रगतीचा मार्गही खुला झाला.

आता प्रस्तुत कथेवर थोडं विचारमंथन करा. कारण ही कथा तुमच्यासमोर

असं रहस्य उलगडेल, ज्यामुळे तुम्ही आयुष्यात हवी असणारी प्रत्येक गोष्ट प्राप्त करू शकाल. प्रस्तुत कथेत एकूण चार पात्रं आहेत. चारही लोकांनी निसर्गाकडे वेगवेगळ्या प्रार्थना केल्या. व्यापारी सतत म्हणायचा, "माझ्या हिऱ्यांची चोरी व्हायला नको." त्याचा मुलगा प्रार्थना करायचा, "माझ्या सर्व मौल्यवान वस्तू सुरक्षित असू देत, त्या नेहमी माझ्यासोबत असू देत; जेणेकरून मी संग्रहालय निर्माण करेन आणि इतरांना आनंद वाटू शकेन." चोराच्या मनात एकच ध्यास होता, "मला मोठी चोरी करायचीय, मग सर्व चोरांमध्ये माझाच बोलबाला होईल." तर पोलिस इन्स्पेक्टर एकाच विचाराने प्रेरित झाला होता, "मला आता एक अट्टल चोर पकडायचाय. मगच मी प्रगती करू शकेन."

काही दिवसांनी सर्व लोकांच्या प्रार्थना वास्तवात उतरल्या.

निसर्ग 'नाही' ऐकत नाही

कदाचित तुमच्या मनात एक शंका निर्माण झाली असेल. ती म्हणजे, 'व्यापाऱ्याला वाटत होतं, की त्याच्या घरी चोरी व्हायला नको. पण तरीही निसर्गानं त्याची प्रार्थना का बरं ऐकली नाही? उलट त्याचे सगळे हिरे चोरीला गेले!'

असं का बरं घडलं असावं? कारण निसर्ग 'नाही, नको...' यांसारखे नकारात्मक शब्द मुळीच ऐकत नाही. निसर्ग त्याच गोष्टी वास्तवात उतरवतो, ज्यांवर तुमचं लक्ष केंद्रित असतं. तुम्ही जेव्हा-जेव्हा एखादी गोष्ट वारंवार उच्चारता, तेव्हा तिची प्रतिमा मानसिक पटलावर तयार होते.

समजा, तुम्ही वारंवार म्हणत असाल, 'मला माकड मुळीच आवडत नाही,' 'माझ्यासमोर माकड कधी यायलाच नको.' तर हे वाक्य उच्चारतानाही तुमच्या नजरेसमोर माकडाचं चित्र तयार होतं. थोडक्यात, तुम्हाला माकड आवडत नाही, पण सध्या तुम्हाला तुमच्या डोळ्यांसमोर केवळ माकडाचंच चित्र दिसतंय. अगदी याचप्रकारे तुम्ही जेव्हा 'मला आजारी पडायचं नाहीये' असं म्हणता, तेव्हा वास्तविक तुम्ही आजारपणाला जाहीर आमंत्रण देत असता.

या कथेतील व्यापारी नेहमी म्हणायचा, 'माझे हिरे कधीच चोरीला जाऊ **नयेत.**' थोडक्यात, त्याचं पूर्ण लक्ष चोरी होण्याच्या घटनेवरच होतं. याच कारणास्तव, व्यापाऱ्याच्या हिऱ्यांची चोरी झाली; पण त्याच्या मुलाच्या दुर्मिळ वस्तूंवर मात्र चोराची नजरही पडली नाही. कारण व्यापाऱ्याचा मुलगा कायम एकच प्रार्थना करायचा, 'माझ्या

सर्व दुर्मिळ वस्तू कायम माझ्यासोबत राहायला हव्यात. त्या नेहमी सुरक्षित राहू देत.' मुलाची सकारात्मक प्रार्थना तेवढी वास्तवात उतरली आणि घरी एवढी मोठी चोरी होऊनही त्याच्या सर्व वस्तू जागच्या जागीच राहिल्या.

कथेतील चारही लोकांच्या विचारांचा एकत्रित परिणाम म्हणजे व्यापाऱ्याच्या घरी घडलेली चोरीची घटना! थोडक्यात, चारजणांच्या वेगवेगळ्या प्रार्थना पूर्ण झाल्या. यामुळे चोरही 'अट्टल दरोडेखोर' म्हणून कुप्रसिद्ध झाला आणि इन्स्पेक्टरही मोठा चोर पकडून बढती मिळवू शकला.

जे हवंय, त्याकडेच लक्ष द्या

ही कथा एका नैसर्गिक नियमाकडे निर्देश करते. हा नियम जाणताच मनुष्य त्याच्या आयुष्यात सर्व इच्छित गोष्टी आकर्षित करू शकतो. हा नियम म्हणजे, **'जे हवंय त्याकडेच लक्ष द्या, जे नकोय त्यावर मुळीच लक्ष देऊ नका.'** हा नियम प्रत्येक दिवशी, प्रत्येक क्षणी आचरणात आणला, तर तुम्ही बनाल 'समृद्धी आकर्षित करणारा चुंबक.' हा नियम जीवनात आचरणात आणल्याने तुम्ही केवळ पैसाच नव्हे तर तुम्हाला हवी असणारी कोणतीही गोष्ट सहजतया मिळवू शकता. कारण निसर्गात प्रत्येक गोष्ट मुबलक प्रमाणात प्रत्येकासाठी उपलब्ध आहे. प्रेम, आनंद, मौन, स्वास्थ्य, समृद्धी, संतुष्टी, उत्साह... प्रत्येक गोष्ट भरपूर आहे!

मूल जन्मण्यापूर्वीच त्याच्यासाठी आईच्या शरीरात दुधाची व्यवस्था भरपूर प्रमाणात झालेली असते. प्रत्येक प्राण्याची भूक भागवू शकेल, इतकं अन्न निसर्गात आधीपासूनच उपलब्ध आहे. खरंतर, निसर्गात धनसंपदा इतक्या प्रमाणात आहे, की प्रत्येक मनुष्य आर्थिक स्वास्थ्याचा आनंद घेऊ शकतो. कारण निसर्ग संपन्न आणि परिपूर्ण आहे. गरज आहे, तुम्हाला हव्या असणाऱ्या गोष्टींवरच तुमचा फोकस ठेवण्याची! पण मनुष्य 'काय हवंय!' याऐवजी 'काय नकोय' याच पैलूवर विचार करत बसतो; मग त्याच्या आयुष्यातल्या मौल्यवान हिऱ्यांची चोरी झाली नाही तरच नवल! तुमच्याजवळ सदैव मौल्यवान हिरे आहेत... कधी ते धनसंपत्तीच्या रूपात तर कधी ज्ञानाच्या रूपात... कधी सुदृढ आरोग्याच्या रूपात तर कधी आत्मसंतुष्टीच्या रूपात...!

'मुबलकता' – निसर्गाचा स्वभाव

'मुबलकता' हा निसर्गाचा स्वभाव आहे; पण हा तुमचाही स्वभाव आहे का? तुम्ही जेव्हा 'मुबलकता' या प्राकृतिक गुणासोबत ट्युन्ड होता, तेव्हा तुम्ही असा चुंबक

बनता, जो पैसाही आकर्षित करतो आणि स्वास्थ्याची दौलतही... जो ध्यानरूपी धनही स्वत:कडे खेचतो आणि ज्ञानरूपी हिरेदेखील! चला तर मग, हा निसर्गनियम सविस्तर समजून घेऊया.

समजा, या पृथ्वीवरील प्रत्येक मनुष्य म्हणजे एका चुंबकासमान आहे. पण हा चुंबक स्वत:कडे त्याच गोष्टी आकर्षित करतो, ज्यांच्याशी चुंबकाचे तरंग जुळतात. याच कारणास्तव समान विचारधारा असणारे लोक परस्परांचे मित्र बनतात. कारण माणसाचा प्रत्येक विचार हा तरंगासमान असतो. दोन माणसांचे विचाररूपी तरंग परस्परांशी ट्युन्ड होताच, त्यांच्यात सुदृढ नातेसंबंध तयार होतात.

आनंदी विचार, सकारात्मक शब्द आणि सर्वांच्या मांगल्याची भावना यांमध्ये सकारात्मक तरंग असतात. हे तरंग तुमच्या अंतर्यामी असून ते 'मुबलकता' या तत्त्वाशी जुळताच, तुम्ही समृद्धी आकर्षित करणारा चुंबक बनता.

आनंदी मनुष्यच श्रीमंत असतो

'सगळं काही भरपूर आहे' या निसर्गनियमावर विश्वास ठेवणारे लोक, इतरांची भरभराट पाहून द्वेष करत नाहीत. उलट, त्यांना इतरांच्या आनंदातच आनंद वाटतो. पण इतरांची प्रगती ज्यांना खुपते, ते स्वत:च्या अंतर्यामी नकारात्मक तरंग निर्माण करतात. परिणामी, ते चुंबक न बनता पितळ बनतात. आता पितळ एखाद्या गोष्टीला स्वत:कडे खेचू शकेल का? थोडक्यात, ते त्यांच्याकडे वाहणारा समृद्धीचा ओघ रोखतात. निसर्ग तर त्यांना सगळं काही भरपूर प्रमाणात द्यायला तयार असतो. पण त्यांची नजर मात्र त्यांच्याहून श्रीमंत असणाऱ्या लोकांच्या प्रगतीवर खिळलेली असते. परिणामी, न्यूनत्वाचा विषारी गंड त्यांचं तन-मन पोखरू लागतो.

तुम्हाला पैसा आकर्षित करणारा चुंबक बनायचंय? मग इतरांची आर्थिक समृद्धी पाहून खुश व्हा... इतरांना पैसा कमावण्याचे सर्जनशील मार्ग दाखवून स्वत:च्या आर्थिक संपन्नतेचा मार्गही प्रशस्त बनवा. मग निसर्ग तुम्हालाही संधी बहाल करून साहाय्य करेल. नेहमी खुश राहा. कारण आनंदी मनुष्यच खरा श्रीमंत असतो.

मला काय हवंय

तुम्हाला तुमच्या आयुष्यात नेमकं काय हवंय, याची स्पष्ट कल्पना आहे का? तुम्हाला भरपूर पैसा हवाय? केवळ पैसा हवाय, की त्यासोबत समजही हवी आहे? तुम्हाला असा 'पासवर्ड' हवाय, जो तुमचं आयुष्य धनसमृद्ध करेल? तुमचं उत्तर 'हो'

असेल, तर स्वत:ला एक प्रश्न वारंवार विचारा, 'मला माझ्या जीवनात नेमकं काय हवंय?'

'जे हवंय' त्यावर सजगतेने, निरंतरतेने विचार करा. केवळ त्याच बाबींवर तुमचं लक्ष केंद्रित करा. 'काय नकोय' यावर मुळीच विचार करू नका. हेच आहे, श्रीमंत बनण्याचं रहस्य! तुम्ही जेव्हा तुम्हाला आवडत नसलेल्या गोष्टींवर स्वत:चं लक्ष केंद्रित करता, तेव्हा त्याच गोष्टी वास्तवात उतरतात. कारण तुमचा प्रत्येक नकारात्मक विचार म्हणजे तुम्ही निसर्गाकडे केलेली प्रार्थना, जी निसर्गाला पूर्ण करावीच लागते. यासाठीच तुम्हाला 'नेमकं काय हवंय' हे निसर्गाला स्पष्टपणे सांगा.

तुमच्या आयुष्यात समृद्धी किंवा गरीबी अचानकपणे येत नाही; तर तुम्ही निसर्गाला किती स्पष्टपणे आदेश देता, यावरून तुमची आर्थिक स्थिती आकाराला येते. जसं, कथेतील व्यापारी सातत्यपूर्वक 'काय नकोय' याचाच विचार करत होता. परिणामी, त्याचे हिरे चोरीला गेले.

तुम्ही स्वत:च्या विचारांचं अवलोकन करत राहा. तुमच्या मनात, 'मी गरीब तर नाही ना होणार... मला आयुष्यात काही कमी तर नाही ना पडणार... मला आर्थिक ताण-तणाव नकोयत...' असे विचार वारंवार येतात का? जर येत असतील, तर आजच अशा कुविचारांना तुमच्या मनातून हद्दपार करा. तुमचा फोकस 'मला काय हवंय' याच गोष्टीवर ठेवा, कारण ज्या गोष्टीवर तुम्ही लक्ष केंद्रित करता, तिला मानसिक ऊर्जा प्रदान करता. ज्या गोष्टीवर तुमची ऊर्जा केंद्रित होते, ती निरंतरतेने वृद्धींगत होते. जसं, तुम्ही एखाद्या रोपट्याला दररोज पाणी घालता. मग ते दिवसेंदिवस वाढू लागतं. कारण पाण्याच्या रूपात तुम्ही त्याला ऊर्जा प्रदान करत असता.

तुम्ही सध्या पुस्तक वाचण्याच्या क्रियेवर १००% लक्ष केंद्रित कराल, तर तुमच्या आयुष्यात हा निसर्ग-नियम खरा ठरेल. मग या पुस्तकातील बाबी तुमच्या जीवनात उतरू लागतील.

आजच संकल्प करा, 'मी माझं लक्ष नेहमी केवळ मुबलकतेवरच केंद्रित करेन. मी सदैव माझं लक्ष प्रेम, आनंद, मौन, स्वास्थ्य, समृद्धी, संतुष्टी, उत्साह यांवरच ठेवेन. कारण मी हा निसर्गनियम जाणलाय, **'जे हवंय, त्यावरच लक्ष द्या.'**

ध्येयामागील ध्येय – पैसा का हवाय

प्रत्येक ध्येयामागे एक मूळ ध्येय दडलेलं असतं. माणसाला एक ध्येय पूर्ण करायचं

असतं; पण ते गाठण्याच्या निमित्ताने तो त्यामागं दडलेलं मूळ लक्ष्य पूर्ण करू इच्छितो. जसं, कथेतील पोलिस इन्स्पेक्टरचं एक ध्येय होतं, 'मला अट्टल चोर पकडायचाय.' पण या ध्येयामागे त्याचं मूळ ध्येय होतं, 'मला प्रगती करायचीय.' चोराचं ध्येय होतं, 'मला एक मोठी चोरी करायचीय.' पण त्यामागे त्याचंही मूळ लक्ष्य होतं, 'सर्व चोरांमध्ये माझं नाव कुप्रसिद्ध व्हायला हवं.'

अगदी याचप्रकारे श्रीमंत बनू इच्छिणाऱ्या प्रत्येक माणसाचं मूळ लक्ष्य वेगळं असतं. जसं, एखाद्याला सुख-सुविधा प्राप्त करण्यासाठी आर्थिक समृद्धी हवी असते. कुणाला सुरक्षेसाठी, तर कुणाला समाजात प्रतिष्ठा प्राप्त करण्यासाठी! कुणाला केवळ संचय करण्यासाठी पैसा हवा असतो, कुणाला एखादं दुष्कृत्य करण्यासाठी, तर कुणाला समाजसेवेचं पवित्र कार्य करण्यासाठी! एखाद्याला श्रीमंत बनावंसं वाटतं. कारण त्याच्या आजूबाजूचे लोक केवळ पैशांच्या मागे धावत असतात. थोडक्यात, 'मला श्रीमंत व्हायचंय' या ध्येयामागे असणारं 'मूळ ध्येय' (ध्येयामागील ध्येय) व्यक्तिपरत्वे भिन्न-भिन्न असतं. पण 'ध्येयामागील ध्येय'च आर्थिक संपन्नता प्राप्त करण्यात महत्त्वाची भूमिका बजावतं.

निसर्ग प्रत्येक मनुष्याला समृद्ध करू इच्छितो. पण तो त्याच लोकांना त्वरित साहाय्य करतो, ज्यांना 'मला काय हवंय' यासोबत 'मला का हवंय' हे स्पष्ट असतं. 'काय हवंय' यावरून तुमचं ध्येय स्पष्ट होतं, तर 'का हवंय' यावरून तुमचं ध्येयामागील ध्येय! लक्षात ठेवा, ध्येयापेक्षाही 'ध्येयामागील ध्येय' दमदार असायला हवं.

या विश्वात 'पैसा हवाय' यासोबत 'पैसा का हवाय' हे स्पष्ट असणारे खूप कमी लोक आहेत. तुम्हाला संपत्तीच्या वर्षावात न्हाऊन निघायचं असेल, तर दोन पैलू स्पष्ट असायला हवेत. एक म्हणजे 'काय हवंय' आणि दुसरा- 'का हवंय.' कारण **ज्या प्रार्थनेमागे स्पष्ट आणि दमदार उद्देश असतो, ती निसर्ग लवकरात लवकर पूर्ण करतो.**

तुम्हाला आर्थिकदृष्ट्या समृद्ध करण्यासाठी एक शब्द नक्कीच तुमची मदत करू शकतो. तो म्हणजे, 'जेणेकरून'. हा शब्द वापरून सकारात्मक स्वसंवाद कसा करावा, याची काही उदाहरणं खाली दिली आहेत. या वाक्यांचा उपयोग करून तुम्ही आर्थिक स्तरावर दमदार लक्ष्य निश्चित करू शकता.

१) माझ्या जीवनात भरपूर पैसा असावा, **जेणेकरून** मी 'मुबलकता' या नैसर्गिक गुणाचा अनुभव घेऊ शकेन.

२) माझ्या जीवनात आर्थिक समृद्धी यावी, **जेणेकरून** मी सेवाकार्य उत्तम रीतीने करू शकेन.

३) माझ्या आयुष्यात आर्थिक स्वास्थ्य असावं, **जेणेकरून** मी विश्वातील सर्वोत्तम गोष्टींचा आनंद घेऊ शकेन.

४) मला श्रीमंत बनायचंय, **जेणेकरून** मी सत्याच्या सेवेत स्वत:चं शंभर टक्के योगदान देऊ शकेन.

५) मला आर्थिक समृद्धीच्या वर्षावात न्हाऊन निघायचंय, **जेणेकरून** मी माझ्यासोबत इतरांचंही कल्याण करू शकेन.

६) मला समृद्ध बनायचंय, **जेणेकरून** मी विश्वाची चेतना वाढवण्यासाठी उत्तमोत्तम व्यवस्था निर्माण करू शकेन.

७) मला जीवनात भरपूर पैसा हवाय, **जेणेकरून** मी सत्याची अभिव्यक्ती करण्यासाठी उच्च तंत्रज्ञानाचा (हायर टूल्स अ‍ॅन्ड टेक्नॉलॉजीचा) वापर करू शकेन.

८) मला आयुष्यात आर्थिक स्थैर्य हवंय, **जेणेकरून** मी माझ्या सर्व जबाबदाऱ्या सहजतेने पूर्ण करू शकेन.

९) माझा बँक बॅलन्स मजबूत हवा, **जेणेकरून** मी इतरांना मदत करू शकेन.

१०) मी धनवान बनावं, **जेणेकरून** विश्वातील गुणवान लोकांचं आदरातिथ्य करू शकेन.

या उदाहरणांशिवाय तुम्ही तुमच्या गरजेनुसार आणि समजेनुसार आणखी काही वाक्यं बनवू शकता. तुम्ही ही वाक्यं शुद्ध भावनेसह वारंवार उच्चारा. जे हवंय त्याचाच उच्चार करा. मग तुम्हाला हव्या असणाऱ्या गोष्टी तुमच्याकडे आकर्षित होऊ लागतील आणि तुमच्या आयुष्यात सर्वोच्च गोष्टींचा जणू ओघच सुरू होईल.

तुम्ही तुमच्या प्रार्थना अव्यक्तिगत ध्येयाशी (नि:स्वार्थ जीवनाशी) जोडा. मग त्या लवकर सफळ होतील. शिवाय, तुमच्यासोबत इतरांचंही कल्याण होईल. तुम्ही पैशाला सत्यासोबत जोडण्याचा प्रयत्न करा. मग तुम्हाला आर्थिक संपन्नता तर लाभेलच; पण तुम्ही पैशासोबत आसक्त होणार नाही. अन्यथा, बऱ्याच लोकांच्या मनात पैशांबद्दल मोह, लोभ आणि आसक्ती निर्माण होते. पण सत्यासोबत पैशांचा संबंध येताच तुम्ही पैशाचा मोह न धरता त्याचा आदर करू लागाल.

पैशालाच मूळ ध्येय मानणाऱ्या लोकांसाठी, पैसा आनंदाचं कारण न बनता ताण-तणाव, चिंता, असुरक्षा आणि अहंकार यांचं साधन बनतो. पण वास्तवात पैसा साधन आहे, मार्ग आहे, पृथ्वीलक्ष्यापर्यंत पोहोचण्याचा! मग आजच संकल्प करा, 'मी माझ्या जीवनात 'जे हवंय' त्यावरच माझं लक्ष केंद्रित करेन. मला भरपूर पैसा हवाय; जेणेकरून मी पृथ्वीलक्ष्य सहजतेने गाठू शकेन. माझ्यावर लक्ष्मीही प्रसन्न व्हावी आणि ज्ञानदेवता सरस्वतीदेखील!'

पैसा कमावण्याची योग्यता आल्यानंतरच तुमच्याकडे पैसा येईल. त्यामुळे नशिबाला नशिबावरच सोडून द्या. आपली योग्यता व क्षमता वाढविण्याच्या दृष्टीनं भरपूर प्रयत्न करा.

परिशिष्ट

भाग - २६

तेजसंसारी बना

गुण आणि ज्ञान वाढवा

संसारी मनुष्याकरिता अपयश म्हणजे दुःख असतं, त्रास असतो. मात्र तेजसंसारी मनुष्यासाठी अपयश म्हणजे पुढची तयारी असते, यशाची पहिली पायरी असते.

प्रत्येक संसारी मनुष्य शिक्षण घेतो, नोकरी-व्यवसाय करतो, पैसा कमावतो, लग्न करतो, मुलांना जन्म देतो, त्यांना आपल्यासारखंच वाढवतो, मग निवृत्ती. अशा प्रकारचं चक्र आयुष्यभर चालू असतं, परंतु तेजसंसारी मात्र असा नसतो. त्याच्याकडे ज्ञान असतं. त्यामुळे पैसा, सत्य, पृथ्वीलक्ष्य, नाती-गोती या सगळ्या गोष्टींचं महत्त्व, या सर्वांचा योग्य उपयोग कसा करून घ्यायचा हे त्याला ज्ञात असतं. खाली दिलेल्या चार गोष्टी तो निश्चितपणे जाणतो.

१. जीवनामध्ये प्रत्येक मनुष्यासाठी, प्रत्येक गोष्ट भरपूर बनवली गेली आहे आणि त्यात पैसाही आलाच. पैसा, प्रेम, वेळ, आनंद, मौन आणि आयुष्य भरपूर असतं.

२. पैसा हा त्यांच्या आध्यात्मिक उन्नतीमध्ये अडथळा नसतो. पैशाचा योग्य उपयोग करून तो स्वतःच्या आणि इतरांच्याही आध्यात्मिक उन्नतीला आणखी बळ देतो.

३. पैसा हा मार्ग आहे, अंतिम ध्येय नाही आणि जर तो मार्ग आहे, तर त्याचं

तितकंच महत्त्वही आहे. पैसा ही काही वाईट गोष्ट नव्हे, पण पैशाला अंतिम ध्येय मानून लोकांनी आपल्या जीवनामध्ये अडथळे निर्माण केले आहेत. अमुक इतके पैसे मिळवले, की आपलं अंतिम ध्येय पूर्ण झालं, या समजुतीतून लोक स्वतःवर मर्यादा टाकून घेत असतात.

४. पैशाचा प्रवाह मोठा कसा करायचा, पैसा कसा निर्माण होतो, कसा वाढतो, आपल्या जीवनामध्ये कसा येतो, केव्हा थांबतो आणि जीवनात कोणत्या गोष्टी बाधा ठरतात हे तेजसंसारी चांगल्या प्रकारे जाणतो.

तेजसंसारी मनुष्याची गुणवैशिष्ट्यं

जगामध्ये परिवर्तन घडवून आणण्याच्या दृष्टीनं आशेचा शेवटचा किरण म्हणजे तेजसंसारी मनुष्य. कारण तो पैशापेक्षा गुणांचा जास्त आदर करतो. तेजसंसारी मनुष्यामध्ये खालील गुणविशेष असतात.

१. **दृढविश्वास :**

दृढविश्वास म्हणजे कुठल्याही परिस्थितीत विश्वास डळमळीत न होणं. हा विश्वास अज्ञानापोटी नव्हे, तर समज प्राप्त केल्यामुळे आलेला असतो. तो प्रत्येक घटनेकडे समजेच्या दृष्टिकोनातून पाहतो आणि त्यातून काही बोध प्राप्त करतो. ज्या अस्तित्वानं (ईश्वरानं), त्याला जन्म दिला आहे, तो त्याची अखेरपर्यंत काळजी घेईल, हे त्याला माहीत असतं. त्यामुळे त्याच्या प्रार्थनेमध्ये शक्ती असते. हीच श्रद्धा त्याला क्षणोक्षणी योग्य मार्गदर्शन, योग्य सूचना देत असते. त्याच्या जीवनामध्ये जरी काही दुःख आलं, तरी त्याची श्रद्धा डळमळीत होत नाही. उलट त्या दुःखामागे कोणतं रहस्य आहे, कोणती शिकवण आहे, कोणता उपहार दडलेला आहे, हे तो जाणून घेतो.

२. **चपळ बुद्धी :**

तेजसंसारी मनुष्य प्रत्येक ठिकाणी, प्रत्येक परिस्थितीत स्वतःला सामावून घेतो. तो मुलांमध्ये मूल, वृद्धांमध्ये वृद्ध आणि तरुणांमध्ये तरुण होऊन वावरतो. त्याची बुद्धी लवचिक आणि चपळ असते. एखादं वादळ येतं तेव्हा वाऱ्याच्या झोतानं वाकणारी झाडं मोडत नाहीत. मात्र ताठ उभी राहणारी, न वाकणारी झाडं उन्मळून पडतात. काही नातेसंबंधांमध्ये लोक आपल्या ताठरपणामुळे, अहंकारामुळे प्रेम गमावून बसतात. जीवनाच्या अंतापर्यंत त्यांना तेजप्रेम म्हणजे काय याचं आकलन होत नाही.

३. **निर्भय डोळे :**

'निर्भय डोळे' म्हणजे ज्या डोळ्यांमध्ये कुठल्याही प्रकारचं भय नसतं. तेजसंसारी

मनुष्य समस्यांना कधी घाबरत नाही. उलट समस्याच त्याला घाबरतात आणि त्यामागे लपलेली भेट (संधी) त्याला देऊन जातात.

तुम्हीदेखील तेजसंसारी बनून दुःख आणि नशिबापासून मुक्ती मिळवा. जो नशीब वा भाग्यापासून मुक्त, तोच खरा भाग्यवान असतो. जो कर्मापासून मुक्त होतो, तोच निरहंकारी असतो आणि मुक्तीपासून जो मुक्त होतो, तो तेजसंसारी असतो.

तेजसंसारी : जगाची मूळ गरज

तेजसंसारी मनुष्य जगाच्या दृष्टीनं उपयुक्त असतो. तो डोंगरावर वा जंगलामध्ये जाऊन राहत नाही. कारण हे जग राहण्यासाठी निर्माण केलंय, त्यापासून दूर पळण्यासाठी नव्हे, हे तो योग्य प्रकारे जाणतो. एखाद्या मनुष्यानं छान बंगला बांधला आणि त्यात तो राहायला गेलाच नाही, तर मग त्याने बंगला बांधला तरी कशाला? असा प्रश्न निर्माण होतो. तेजसंसारी मनुष्य संसारामध्येच राहून तेजआनंद मिळवतो.

तेजसंसारी मनुष्य स्वतः मान्यतांपासून मुक्त राहून आपल्या मुलांना त्यामागची कारणं सांगून त्यांनादेखील मुक्त ठेवतो. नातेसंबंधांमध्ये समजेचं महत्त्व त्याला ठाऊक असतं. दोन व्यक्ती स्वतःला आणि परस्परांना जाणून आत्मसाक्षात्कार प्राप्त करण्यासाठी निमित्त बनतील, हा नातेसंबंध जोडण्याचा खरा हेतू आहे. पण आजच्या युगात ही समज नष्ट झाली आहे. कित्येक लोक लग्न करतात, इतरांचीही लग्नं जुळवतात. बालवयात लग्नं केली जातात. स्वतः लहान मुलांसारखी भांडणारी जोडपी मुलांना जन्म देतात आणि त्यांचं पालन-पोषण करतात. पण ते तेजसंसारी नसल्यामुळे या नात्यांमध्ये दरी निर्माण झाली आहे. तेजसंसारी मनुष्याच्या दृष्टीनं पडून उठणं म्हणजे जीवन नाही, तर पडणं, सावरणं, उठणं आणि उठताना रिकाम्या हातांनी नाही, तर काहीतरी घेऊनच उठणं म्हणजे जीवन होय.

जीवनातील प्रत्येक घटना आपल्याला काही अनुभव देत असते, त्याचा लाभ घ्यायला हवा. जीवनामध्ये जे काही संघर्ष होतात, ताण-तणाव येतात, ते काहीतरी शिकवत असतात. आपण जर त्यांच्यापासून काही शिकलो नाही, तर हे संघर्ष आयुष्यभर चालूच राहतात. अशा वातावरणात वाढणारी मुलं मोठी झाल्यावर व्याधीग्रस्त होतात. ही स्वतःला इतरांपेक्षा हीन समजतात तर काही श्रेष्ठ. ही दोन्ही प्रकारची मुलं निरोगी नसतात. अशी मुलं आपण देशाला, जगाला देत असाल, तर देशाचं भवितव्य कसं असेल? हीच मुलं पुढे जाऊन त्यांच्या मुलांना जन्म देतील, तेव्हा जगाची स्थिती कशी असेल? म्हणून प्रत्येक मनुष्यानं 'तेजसंसारी मनुष्य' होण्यासाठी योग्य समज प्राप्त करायला हवी.

'तेजसंसारी मनुष्य' ही एक नवी संकल्पना, नवा विचार आहे. नव्हे, ती आजच्या युगाची गरज आहे. 'तेजसंसारी मनुष्य' संसारी आणि संन्यासी, अशा दोघांच्याही गुणांचा लाभ घेत आपलं मूळ ध्येय ओळखतो आणि ते गाठतो. तेच त्याचं जीवितकार्य असतं. 'तेजसंसारी मनुष्य' संसार आणि संन्यास या दुष्टचक्राच्या बाहेर असतो. आता आपण संसारी आणि संन्यासीच्या वाईट बाजू समजून घेऊ या.

संन्यासीची वाईट बाजू

योग्य ज्ञान प्राप्त केलेले संन्यासी आता जवळजवळ नाहीतच. मागे जे राहिले, ते निव्वळ भोंदू; जे लोकांना कर्मकांडांमध्ये गुंतवून त्यांना त्यांच्या मूळ ध्येयापासून दूर नेत आहेत. याशिवाय तमोगुणी, सुस्त प्रवृत्तीचे लोकही आता संन्यासी बनायला लागले आहेत, कारण त्यांना आपल्या जबाबदाऱ्या आणि जीवनातील समस्यांपासून दूर पळायचं असतं. आज साधू–संन्यासी बनून जे लोक फिरत आहेत, ते तीर्थस्थानं, लंगर इत्यादी ठिकाणी आपला उदरनिर्वाह करतात. अशा प्रकारे याच तमोगुणांनी युक्त जीवनामध्येच ते आनंद मानतात.

संसारीची वाईट बाजू

सांसारिक जीवनामध्येही हेच दृश्य दिसतं. मनुष्यजन्म मिळाला आणि संसारी झाले. हिंदू वा मुसलमान होण्यासाठी व्यक्तीला जसं काहीही करावं लागत नाही, फक्त त्या-त्या धर्माच्या घरात जन्म घ्यायचा असतो, तसंच संसारी मनुष्य माया-मोहात गुंतून पडतो. शिवाय आपल्या मुलांनाही मान्यता आणि कर्मकांडांतच जगायला शिकवतो. आजवर असंच होत आलंय आणि आताही हेच चाललंय.

तेजसंसारी मनुष्य वर सांगितलेल्या सगळ्या अवगुणांपासून मुक्त असतो. तो संसारी आणि संन्यासी माणसाच्या गुणांचा लाभ घेऊन आनंदात आयुष्य व्यतीत करतो.

साचलेला, थांबलेला पैसा डबक्यातल्या
पाण्यासारखाच असतो. त्याला दुर्गंधी यायला लागते.

हे पुस्तक वाचल्यानंतर आपला अभिप्राय कृपया या पत्त्यावर अवश्य पाठवा.
Tej Gyan Global Foundation,
Pimpri Colony Post Office, P.O.Box 25, Pune-411017. Maharashtra (India).

प्रार्थना

आता लक्ष्मीपूजनाची योग्य पद्धत शिकून आपल्या अंतरंगातच वास करत असलेल्या नारायणाचं, सत्याचं दर्शन घेऊ या. तेव्हाच खऱ्या अर्थाने आपल्या अंतरीचा दिवा पेटेल.

हे लक्ष्मी, मी तुझा भक्त आहे,
मी तुला प्रसन्न करून घेऊ इच्छितो.
तू जेव्हा आमच्यावर प्रसन्न असतेस,
तेव्हा आम्हाला तुझी आठवण होत नाही,
पण तू जेव्हा नाराज असतेस,
तेव्हा तुझी खूप आठवण होते.
तू ज्यांच्यावर प्रसन्न होतेस,
ते दिवस-रात्र पैशाचा विचार करत नाहीत.
मात्र, तू ज्यांच्यावर अप्रसन्न होतेस,
ते लोक सतत पैशाच्या विवंचनेत असतात.
तू कृपा करून माझ्याकडे,
तुझी आठवण काढण्यापूर्वीच येत जा.
तू जेव्हा-केव्हा येशील
तेव्हा नारायणालादेखील (सत्य) सोबत आण.
तू आमची शुभचिंतक माता आहेस.
आपल्या लेकराचं भलं कशात आहे,
हे तू जाणत असल्याने
तुझ्या येण्यानं माझ्यात अहंकार निर्माण होऊ नये,
असा वर दे.
कृपा करून माझी प्रार्थना स्वीकार कर...

भाग - २८

मान्यता

विचार करा आणि लिहा : तुमच्या मनात पैशासंबंधी कोणकोणत्या मान्यता आहेत?

भाग - २९

बचत योजना

विचार करा आणि लिहा : हे पुस्तक वाचल्यानंतर बचत करण्याच्या कोणत्या योजना तुम्ही बनवल्या आहेत? बनवल्या नसतील, तर त्यावर विचार करून त्या लिहून काढा.

भाग - ३०

योग्यता

विचार करा आणि लिहा : हे पुस्तक वाचल्यानंतर आपली योग्यता वाढवण्यासाठी तुम्ही कोणत्या गोष्टी करायला सुरुवात करत आहात?

भाग - ३१

अडथळे (ब्लॉक्स्)

विचार करा आणि लिहा : तुम्ही पैशांच्या बाबतीत कोणते अडथळे निर्माण करत आहात?

भाग – ३२

श्रद्धेचं बीज

विचार करा आणि लिहा : तुम्ही तुमच्या जीवनात श्रद्धेची कोणती बीजं पेरणार आहात आणि कशी? (पैसा, मैत्री, वेळ, सेवा, शब्द, सल्ला, नवी कल्पना, प्रार्थना, दुःख ऐकून घेणं, मदत, भेटवस्तू, विनाअट प्रेम, दानधर्म).

एक अल्प परिचय
सरश्री

स्वीकार मुद्रा

सरश्रींचा आध्यात्मिक शोधाचा प्रवास त्यांच्या बालपणापासूनच सुरू झाला होता. हा शोध सुरू असतानाच त्यांनी अनेक प्रकारच्या पुस्तकांचं अध्ययन केलं. त्याचबरोबर या शोधकाळात त्यांनी अनेक ध्यानपद्धतींचा अभ्यासही केला. त्यांच्यातील या जिज्ञासेने त्यांना अनेक वैचारिक आणि शैक्षणिक संस्थांमध्ये जाण्यासाठी प्रेरित केलं. जीवनाचं रहस्य समजण्यासाठी त्यांनी **प्रदीर्घ काळ मनन करून आपलं शोधकार्य सातत्याने सुरू ठेवलं. या शोधातूनच त्यांना 'आत्मबोध' प्राप्त झाला.** आत्मसाक्षात्कारानंतर त्यांना जाणवलं, की अध्यात्माचा प्रत्येक मार्ग ज्या शृंखलेने जोडलेला आहे, **तो म्हणजे 'समज' (Understanding).** आत्मबोधप्राप्तीनंतर त्यांनी अध्यापनाचं कार्य थांबवलं आणि जवळ जवळ दोन दशकांहूनही अधिक काळ आपलं समस्त जीवन मानवजातीच्या कल्याणासाठी आणि आध्यात्मिक विकासासाठी अर्पण केलं.

सरश्री म्हणतात, ''सत्यप्राप्तीच्या सर्व मार्गांचा प्रारंभ जरी वेगवेगळ्या मार्गांनी होत असला, तरी सर्वांचा अंत मात्र एकच समज प्राप्त केल्याने होतो. ही **'समज'च सर्व काही असून ती स्वतःमध्ये परिपूर्ण आहे.** आध्यात्मिक ज्ञानप्राप्तीसाठी या 'समजे'चं श्रवणच पुरेसं आहे.'' ही समज प्रकाशमान करण्यासाठी आजपर्यंत त्यांनी **आध्यात्मिक विषयांवर तीन हजारांहून अधिक प्रवचनं दिली आहेत.** या प्रवचनांद्वारे ते अध्यात्मातील अतिशय गहन संकल्पना सहज, सुलभ आणि व्यावहारिक भाषेत समजावून सांगतात. समाजातील प्रत्येक स्तरावरील मनुष्य सरश्रींद्वारे सांगितल्या जाणाऱ्या या समजेचा लाभ घेऊ शकतो.

ही समज प्रत्येकाला आपल्या अनुभवातून प्राप्त व्हावी, यासाठी सरश्रींनी **'महाआसमानी परमज्ञान शिबिर'** आणि त्यासाठी आवश्यक असणारी कार्यप्रणाली (सिस्टिम) तयार केली. **तिचा लाभ आज लाखो लोक घेत आहेत.** या प्रणालीला आय.एस.ओ. (ISO 9001:2015) प्रमाणपत्रही लाभलंय. या प्रणालीमुळेच

अनेकांना सत्यमार्गावर वाटचाल करण्याची प्रेरणा मिळाली आहे. या समजेचा प्रचार आणि प्रसार करण्यासाठी त्यांनी 'तेजज्ञान फाउंडेशन' या आध्यात्मिक संस्थेचा पाया रचला. **'हॅपी थॉट्सद्वारे उच्चतम विकसित समाजाची निर्मिती करणे,'** हेच या संस्थेचं मुख्य उद्दिष्ट आहे.

विश्वातील प्रत्येक मनुष्य आज सरश्रींच्या मार्गदर्शनाचा लाभ घेऊ शकतो. त्यासाठी कोणत्याही धर्म, जात, उपजात, वर्ण, पंथ वा लिंग यांचं बंधन नसतं. विश्वाच्या प्रत्येक कानाकोपऱ्यांतील लोक आज 'तेजज्ञान'च्या अनोख्या ज्ञानप्रणालीचा (System for Wisdom) लाभ घेत आहेत. याच व्यवस्थेचा आणखी एक महत्त्वपूर्ण भाग म्हणजे, **दररोज सकाळी आणि रात्री ९ वाजून ९ मिनिटांनी लाखो लोक विश्वशांतीसाठी प्रार्थना करत आहेत.**

बेस्ट सेलर पुस्तक 'विचार नियम' शृंखलेचे रचनाकार म्हणूनही सरश्रींना ओळखलं जातं. **केवळ पाच वर्षांच्या कालावधीत या पुस्तकाच्या १ कोटीपेक्षा अधिक प्रती वितरित** झाल्या आहेत. याशिवाय आजवर त्यांनी विविध विषयांवर **१०० हून अधिक पुस्तकं लिहिली** आहेत. त्यापैकी 'विचार नियम', 'स्वसंवाद एक जादू', 'शोध स्वतःचा', 'स्वीकाराची जादू', 'निःशब्द संवाद एक जादू', 'संपूर्ण ध्यान' इत्यादी पुस्तकं बेस्ट सेलर झाली आहेत. ही पुस्तकं दहापेक्षा अधिक भाषांमध्ये अनुवादित असून, पेंगुइन बुक्स, हे हाउस पब्लिशर्स, जैको बुक्स, मंजुळ पब्लिशिंग हाउस, प्रभात प्रकाशन, राजपाल अ‍ॅण्ड सन्स, पेंटागॉन प्रेस आणि सकाळ प्रकाशन इत्यादी प्रमुख प्रकाशन संस्थांद्वारे ती प्रकाशित झाली आहेत.

तेजज्ञान फाउंडेशन परिचय

तेजज्ञान फाउंडेशन आत्मविकासातून आत्मसाक्षात्कार प्राप्त करण्याचा एक मार्ग आहे. यासाठी सरश्रींद्वारा एक अनोखी बोधप्रणाली (System for Wisdom) निर्माण झाली आहे. या प्रणालीला आंतरराष्ट्रीय प्रमाणपत्राद्वारे ISO 9001:2015च्या आवश्यकतेनुसार आणि निकष पडताळून सरळ, व्यावहारिक आणि प्रभावी बनवलं गेलं आहे.

या संस्थेच्या प्रबोधनपद्धतीच्या भिन्न पैलूंना (शिक्षण, निरीक्षण आणि गुणवत्ता) स्वतंत्र गुणवत्ता परीक्षकांद्वारे (Quality Auditors) क्रमबद्ध पद्धतीने पडताळलं गेलं. त्यानंतर या पैलूंना ISO 9001:2015 साठी पात्र समजून या बोधपद्धतीला हे प्रमाणपत्र प्रदान करण्यात आलं.

या फाउंडेशनचे लक्ष्य आहे नकारात्मक विचारांकडून सकारात्मक विचारांकडे वाटचाल. सकारात्मक विचारांकडून शुभ विचारांकडे म्हणजे हॅपी थॉट्सकडे प्रगती. शुभ विचारांकडून निर्विचार अवस्थेकडे मार्गक्रमण आणि निर्विचार अवस्थेच्या अंती आत्मसाक्षात्कार प्राप्ती. 'मी सर्व विचारांपासून मुक्त व्हावे' हा विचार म्हणजे शुभु विचार (हॅपी थॉट्स). 'मी प्रत्येक इच्छेपासून मुक्त व्हावे', अशी इच्छा म्हणजे शुभ इच्छा.

तेजज्ञान म्हणजे ज्ञान व अज्ञान या दोहोंच्या पलीकडचे ज्ञान. पुष्कळ लोक सामान्य ज्ञानाच्या (General Knowledge) माहितीलाच ज्ञान मानतात. परंतु अस्सल ज्ञान आणि नुसती माहिती यांत फार मोठे अंतर आहे. आजमितीला लोक सामान्य ज्ञानाच्या उत्तरांनाच जास्त महत्त्व देतात. अशा ज्ञानाचे विषय म्हणजे कर्म आणि भाग्य, योग आणि प्राणायाम, स्वर्ग आणि नरक इत्यादी. आजच्या युगात सामान्यज्ञान प्राप्त करणारे लोक, शिक्षक मोठ्या प्रमाणावर आहेत; परंतु हे ज्ञान ऐकून जीवनात परिवर्तन घडून येत नाही. असे ज्ञान म्हणजे केवळ बुद्धिविलास आहे किंवा अध्यात्माच्या नावावर चाललेला बुद्धीचा व्यायाम आहे.

सर्व समस्यांवरील उपाय आहे तेजज्ञान. क्रोध, चिंता आणि भय यांपासून मुक्त जीवन म्हणजे तेजज्ञान. शारीरिक, मानसिक, सामाजिक, आर्थिक आणि आध्यात्मिक प्रगतीचा, सर्वांगीण प्रगतीचा मार्ग आहे तेजज्ञान. तेजज्ञान आपल्या अंतरंगात आहे. येथे या आणि या गोष्टीचा अनुभव घ्या.

आपल्याला असे ज्ञान हवे आहे, की जे सामान्य ज्ञानापलीकडे आहे, जे प्रत्येक समस्येवरील उत्तर आहे, जे प्रत्येक समजुतीपासून, गृहीत धारणांपासून आपल्याला मुक्त

करते, ईश्वरी साक्षात्कार घडविते, अंतिम सत्यात स्थापित करते. आता वेळ आली आहे शाब्दिक, सामान्यज्ञानातून बाहेर येऊन तेजज्ञानाचा अनुभव घेण्याची!

आजवर जप-तप, तंत्र-मंत्र, कर्म-भाग्य, ध्यान-ज्ञान, योग-भक्ती असे अनेक मार्ग अध्यात्मात सांगितले आहेत. या सर्व मार्गांनी प्राप्त होणारी अंतिम समज, अंतिम ज्ञान, बोध एकच आहे. अंतिम सत्याच्या शोधकाला, साधकाला शेवटी जी एकच 'समज' प्राप्त होते, ती 'समज' श्रवणानेसुद्धा प्राप्त होऊ शकते. अशा समजप्राप्तीसाठी श्रवण करणे यालाच तेजज्ञान प्राप्त करणे म्हटले गेले आहे. तेजज्ञानाच्या श्रवणाने सत्याचा साक्षात्कार घडतो, ईश्वरीय अनुभव मिळतो. हेच तेजज्ञान सरश्री महाआसमानी शिबिरात प्रदान करतात.

महाआसमानी परमज्ञान
शिबिर परिचय आणि लाभ (निवासी)

तुम्हाला सर्वोच्च आनंद हवाय? असा आनंद, जो कोणत्याही बाह्य कारणावर अवलंबून नाही... जो प्रत्येक क्षणी वृद्धिंगत होतो. या जीवनात तुम्हाला प्रेम, विश्वास, शांती, समृद्धी आणि परमसंतुष्टी हवी आहे का? शारीरिक, मानसिक, सामाजिक, आर्थिक आणि आध्यात्मिक अशा आयुष्याच्या सर्व स्तरांवर यशस्वी होण्याची तुमची इच्छा आहे का? 'मी कोण आहे' हे तुम्हाला अनुभवाने जाणावंसं वाटतं का?

तुमच्या अंतर्यामी अशा सर्व प्रश्नांची उत्तरं जाणण्याची इच्छा आणि 'अंतिम सत्य' प्राप्त करण्याची तृष्णा असेल, तर तेजज्ञान फाउंडेशनतर्फे आयोजित 'महाआसमानी शिबिरा'त तुमचं स्वागत आहे. हे शिबिर सरश्रींच्या मार्गदर्शनावर आधारित आहे. सरश्री, आजच्या युगातील आध्यात्मिक गुरू असून, ते आजच्या लोकभाषेत अत्यंत सहजपणे आध्यात्मिक समज प्रदान करतात.

महाआसमानी परमज्ञान शिबिराचा उद्देश :

विश्वातील प्रत्येक मनुष्यानं 'मी कोण आहे', या प्रश्नाचं उत्तर जाणून तो सर्वोच्च आनंदाच्या अवस्थेत स्थापित व्हावा, हाच या शिबिराचा मुख्य उद्देश आहे. प्रत्येकाला असं ज्ञान प्राप्त व्हावं, जेणेकरून त्यानं प्रत्येक क्षणी वर्तमानात जगण्याची कला आत्मसात

करावी. तो भूतकाळाचं ओझं आणि भविष्याची चिंता यांतून मुक्त व्हावा. प्रत्येकाच्या आयुष्यात कधीही न संपणारा आनंद आणि योग्य समज यावी. शिवाय, प्रत्येकानं समस्या विलीन करण्याची कला आत्मसात करावी. थोडक्यात, मनुष्यजन्माचा उद्देश सफल व्हावा, हाच या शिबिराचा उद्देश आहे.

'मी कोण आहे? मी येथे का आहे? मोक्ष म्हणजे काय? या जन्मातच मोक्षप्राप्ती शक्य आहे का?' असे प्रश्न जर तुमच्या मनात असतील, तर त्यांवरील उत्तर आहे- 'महाआसमानी परमज्ञान शिबिर'.

महाआसमानी परमज्ञान शिबिराचे मुख्य लाभ :

वास्तविक या शिबिराचे लाभ तर असंख्य आहेत; पण त्यांपैकी मुख्य लाभ पुढीलप्रमाणे-

* जीवनात शक्तिशाली ध्येय निश्चित होतं
* 'मी कोण आहे' हे अनुभवाने जाणता येतं (सेल्फ रियलायजेशन)
* मनाचे सर्व विकार विलीन होतात.
* भय, चिंता, क्रोध, बोरडम, मोह, तणाव या नकारात्मक बाबींतून मुक्ती
* प्रेम, आनंद, मौन, समृद्धी, संतुष्टी, विश्वास अशा दिव्य गुणांशी युक्ती
* साधं, सरळ पण शक्तिशाली जीवन जगता येतं
* प्रत्येक समस्येचं निराकरण करण्याची कला प्राप्त होते
* 'प्रत्येक क्षणी वर्तमानात जगणं' हा तुमचा स्वभाव बनतो
* आपल्यातील सर्व सकारात्मक शक्यता खुलतात
* याच जीवनात मोक्षप्राप्ती होते

महाआसमानी परमज्ञान शिबिरात सहभागी कसं व्हाल?

या शिबिरात सहभागी होण्यासाठी तुम्हाला खालील बाबींची पूर्तता करायची आहे-

१. तुमचं वय कमीत कमी अठरा किंवा त्यापेक्षा अधिक असायला हवं.
२. सर्वप्रथम तुम्हाला 'सत्य-स्थापना' (फाउंडेशन ट्रुथ रिट्रीट) शिबिरात सहभागी व्हावं लागेल. या शिबिरात, तुम्ही प्रामुख्यानं दोन बाबी शिकाल- प्रत्येक क्षणी वर्तमानात जगण्याची कला कशी आत्मसात करावी आणि निर्विचार अवस्था कशी प्राप्त करावी.
३. प्राथमिक स्तरावर तुम्हाला काही प्रवचनं ऐकायची असून, त्यांतून तुम्ही मूलभूत

समज आत्मसात कराल आणि महाआसमानी शिबिरात प्रवेश करण्यासाठी तयार व्हाल.

हे शिबिर साधारणपणे एक-दोन महिन्यांच्या अंतराने आयोजित करण्यात येतं. यात हजारो सत्यशोधक सहभागी होतात. या शिबिराची तयारी दोन पद्धतींनी करू शकता. पहिली पद्धत- मनन आश्रम, पुणे येथे ५ दिवसीय शिबिरात भाग घेऊ शकता. दुसरी पद्धत- तेजज्ञान फाउंडेशनच्या जवळच्या सेंटरवर जाऊन सत्यश्रवणाद्वारेही करू शकता. महाराष्ट्रात अहमदनगर, सातारा, औरंगाबाद, नाशिक, नागपूर, वर्धा, अमरावती, चंद्रपूर, यवतमाळ, कोल्हापूर, सांगली, रत्नागिरी, लातूर, बीड, नांदेड, परभणी, पनवेल, मुंबई, ठाणे, सोलापूर, पंढरपूर, जळगाव, अकोला, बुलढाणा, धुळे, भुसावळ आणि महाराष्ट्राबाहेर सुरत, अहमदाबाद, बडोदा, नवी दिल्ली, बेंगलुरू, बेळगाव, धारवाड, रायपूर, भुवनेश्वर, कोलकाता, रांची, लखनौ, कानपूर, चंदीगढ, जयपूर, चेन्नई, पणजी, म्हापसा, भोपाळ, इंदोर, इटारसी, हर्दा, विदिशा, बुऱ्हाणपूर या ठिकाणी महाआसमानी शिबिराची पूर्वतयारी करू शकता.

तेजज्ञान फाउंडेशनमध्ये उपलब्ध असणाऱ्या सरश्रीलिखित पुस्तकांचं वाचन करून तुम्ही या शिबिराची पूर्वतयारी करू शकता. याशिवाय, तुम्ही रेडिओ किंवा यू ट्युबवरील सरश्रींच्या प्रवचनांचा लाभही घेऊ शकता. पण लक्षात घ्या, पुस्तकांतील ज्ञान, रेडिओ आणि यू ट्युबवरील प्रवचनं म्हणजे 'तेजज्ञानाची तोंडओळख' आहे; 'संपूर्ण तेजज्ञान' मुळीच नाही. तुम्ही महाआसमानी शिबिरात सहभागी होऊनच तेजज्ञानाचा आनंद घेऊ शकता. तेव्हा आगामी महाआसमानी शिबिरात सहभागी होण्यासाठी आजच संपर्क करा- 09921008060/75, 9011013208

महाआसमानी परमज्ञान शिबिरस्थान :

हे शिबिर पुण्यातील मनन आश्रम येथे आयोजित केलं जातं. येथे तुमच्या निवासाची आणि भोजनाची व्यवस्था केली जाते. तुम्हाला काही शारीरिक व्याधी असतील आणि त्यासाठी जर तुम्ही नियमितपणे औषधं घेत असाल, तर शिबिरात येताना ती सोबत बाळगावीत. शिवाय, वातावरणानुसार गरम कपडे, स्वेटर, ब्लँकेटही आणावं.

पुणे शहरापासून १७ किलोमीटर अंतरावर अत्यंत निसर्गरम्य परिसरात मनन आश्रम वसलेला आहे. आश्रमात महिला आणि पुरुष यांच्या निवासाची स्वतंत्र व्यवस्था असून येथे जवळपास ८०० लोकांच्या राहण्याची व्यवस्था आहे. आपण हवाईमार्ग, हायवे किंवा रेल्वे अशा कोणत्याही मार्गाने पुण्यात येऊ शकता.

मनन आश्रम : मनन आश्रम, पुणे, सर्व्हे नं. ४३, सणस नगर, नांदोशी गाव, किरकटवाडी फाटा, तालुका- हवेली, जिल्हा- पुणे- ४११०२४. फोन- 09921008060

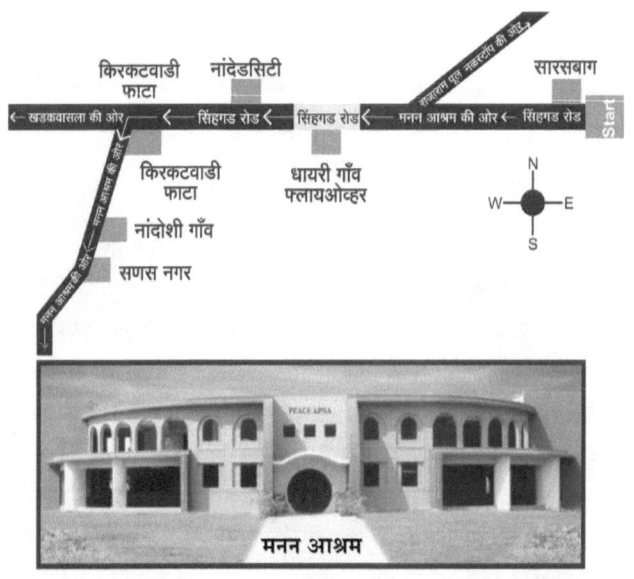

N
W
E

आता एका क्लिकवर शिबिराची नोंदणी!

आता तुम्ही पुढील शिबिरांसाठी **ऑनलाइन** नोंदणी करू शकता.

महाआसमानी परमज्ञान शिबिर परिचय आणि लाभ (५ दिवसीय निवासी शिबिर)

मॅजिक ऑफ अवेकनिंग (केवळ इंग्रजी भाषिकांसाठी ३ दिवसीय महाआसमानी शिबिर)

आध्यात्मिक नींव स्थापना (किशोरवयीन मुलांसाठी मिनी महाआसमानी निवासी शिबिर)

www.tejgyan.org

'वॉव पब्लिशिंग्ज्'द्वारे प्रकाशित इतर पुस्तकं

शारीरिक स्वास्थ्यासाठी

आरोग्य संपन्न स्वास्थ्य त्रिकोण

परिपूर्ण स्वास्थ्याचा शोध

Also available in Hindi

पृष्ठसंख्या : २६४ | मूल्य : ₹ २५०

आपलं स्वास्थ्य केवळ आहारावरच अवलंबून नसतं. संतुलित आहाराची परिभाषा माणसाचं वय, वातावरण आणि कार्यप्रकारानुसार बदलत राहते. संतुलित आहाराबरोबरच आपले विचार व विश्वास कोणत्या दिशेने कार्यरत आहेत, यावर ते अवलंबून असतं, कसं ते या पुस्तकातून आपण जाणून घेणार आहोत. प्रत्येक माणसाचं शरीर अगळंवेगळं आणि वैशिष्ट्यपूर्ण असतं. एखादी उपचार पद्धती किंवा योगक्रिया एखाद्या व्यक्तीसाठी जादूप्रमाणे काम करते, तर एखाद्यावर त्याचा काहीच प्रभाव पडत नाही. या पुस्तकाद्वारे आपण स्वतःसाठी योग्य आहार आणि छोटे छोटे आसनप्रकार शोधून ते आत्मसात करणार आहोत.

आरोग्याचे ३ वरदान

Also available in Hindi

पृष्ठसंख्या : २०८ | मूल्य : ₹ १८०

स्वास्थ्य म्हणजे मनुष्याच्या अंतर्यामी सदैव उपस्थित असणारी गोष्ट; पण मनुष्य मात्र ते बाहेर शोधण्यात व्यग्र असतो आणि हेच त्याच्या अस्वास्थ्याचं कारण बनतं; पण प्रस्तुत पुस्तक म्हणजे अंतर्यामी वसणारा स्वास्थ्याचा सुगंध तुमच्यापर्यंत पोहोचवणारी कस्तुरी! कारण 'बॅच फ्लॉवर थेरपी (बी.एफ्.टी. म्हणजेच पुष्पौषधी)' आणि 'इमोशनल फ्रिडम टेक्निक (इ.एफ्.टी.)', 'स्वमूत्र चिकित्सा (यू.एफ.टी. म्हणजेच शिवाम्बु चिकित्सा).' या तीन उपचार पद्धतींमुळे आपण संपूर्ण स्वास्थ्यप्राप्तीचा आनंद घेऊ शकतो. या तीन स्वास्थ्य वरदानांची सविस्तर आणि शास्त्रशुद्ध माहिती प्राप्त करण्यासाठी प्रस्तुत पुस्तकाचा जरूर लाभ घ्या.

सामाजिक स्वास्थ्यासाठी

मांजर आडवं गेलं तर
चुकीच्या धारणांतून मुक्ती

Also available in Hindi

पृष्ठसंख्या : १४४ | मूल्य : ₹ १२५

आज २१व्या शतकातही बऱ्याच जणांच्या मनावर विविध अंधश्रद्धांचं, रूढी-परंपरांचं गारुड कायम असतं. 'तळहाताला खाज सुटली तर धनलाभ होणार... तीन तिगाडा काम बिगाडा... लकी ड्रेस, लकी नंबर... अमुक देवाची आराधना केल्यावर धनलाभ, सुखप्राप्ती...' अंधश्रद्धांची ही लिस्ट काही केल्या संपत नाही. मात्र यांमुळे मनुष्याचा आत्मविश्वास, सत्यनिष्ठा आणि आत्मश्रद्धा यांना तडा जातो. प्रस्तुत पुस्तक म्हणजे तुमच्या मनातल्या सर्व चुकीच्या समजुतींना छेद देणारा, रूढी-परंपरांमागचं विज्ञान समजून सांगणारा आणि विश्वासाच्या, श्रद्धेच्या शिखरावर पोहोचण्यासाठी मार्ग दाखवणारा जणू दीपस्तंभच!

मधुर नात्यांकडे वाटचाल
३ जादुई सूत्रांद्वारे नातेसंबंधांतील दरी मिटवा

Also available in Hindi

पृष्ठसंख्या : २०० | मूल्य : ₹ १९५

मानवाचं पृथ्वीवर येण्याचं मूळ उद्दिष्ट म्हणजे नात्यांना योग्य प्रकारे निमित्त बनवून नवप्रकाश किरणांनी ती उजळून टाकणं होय. त्याचबरोबर विश्वासाच्या पुष्परूपी सुगंधाने नातेसंबंधांना ओतप्रोत भरून, ते टिकवण्यासाठी चिरस्थायी प्रेम कसं करावं, परिवाररूपी वृक्षांची तोड कशी थांबवावी? अहंकाराची आरी आणि कपटरूपी कुऱ्हाड नष्ट कशी करावी? नातेसंबंधाच्या आसक्तीतून मुक्त कसं राहावं? या सर्व गोष्टी आपण प्रस्तुत पुस्तकात जाणणार आहोत. पृथ्वीवर आपल्याला सदैव उत्साही, सजग आणि सतेज राहण्यासाठी ही खास व्यवस्था करण्यात आली आहे. प्रस्तुत पुस्तक तुम्हाला मदत करेल, आत्मसमृद्ध परिवाराच्या निर्माणासाठी. हे निर्माणकार्य जेव्हा प्रत्यक्षात साकार होईल, तेव्हा मधुर नात्यांकडे वाटचाल आपोआप होऊ लागेल.

मानसिक स्वास्थ्यासाठी

आळसावर मात
उत्साही जीवनाची सुरुवात

Also available in Hindi

पृष्ठसंख्या : १६८ | मूल्य : ₹ १५०

माणसाच्या शरीरासाठी तमोगुण काही प्रमाणात आवश्यक आहेच, पण याचा अतिरेक मात्र त्याच्या अभिव्यक्तीसाठी अडथळा बनतो. आळस हा असा विकार आहे, जो माणसाच्या सर्व सद्गुणांना झाकोळून टाकतो. या विकाराच्या प्रभावात आल्यामुळं एक सर्वोत्तम कलाकार, रचनाकार किंवा कुठलीही यशस्वी व्यक्ती आयुष्यभर अपयशालाच बळी पडते.

हे पुस्तक आहे तुमच्या अंतर्यामी दडलेल्या सर्वांत मोठ्या शत्रूविरुद्ध तुम्हाला चेतवण्यासाठी. या शत्रूला वेळीच ओळखून अंतर्यामी शोध घ्या आणि त्यातून मुक्त व्हा.

प्रस्तुत पुस्तक 'हत्यार' आहे आळसरूपी शत्रूला कायमचं दूर पळवण्यासाठी. चला तर मग, सुस्तीपासून मुक्ती मिळवण्यासाठी सुस्ती न करता या पुस्तकाचा लाभ घेऊया...

स्वसंवाद एक जादू
आपला रिमोट कंट्रोल कसा प्राप्त करावा

Also available in Hindi

पृष्ठसंख्या : २०८ | मूल्य : ₹ १६०

कोणी आपली प्रशंसा केली आणि म्हटले, 'तुम्ही होता म्हणून काम झाले नाहीतर हे काम होणे शक्यच नव्हते.' अशाप्रकारे आपली स्तुती झाली तर काय होईल? अशा वेळी अनेकांना रात्रभर झोपा येत नाही. त्यांना ते प्रशंसनीय बोल वारंवार आठवतात. 'कशी माझी प्रशंसा झाली, कसे सर्वजण मला चांगले म्हटले,' हा मनातील स्वसंवाद थांबतच नाही.

एखाद्याने जर आपली चूक दाखविली तर ते आपल्याला त्रासदायक ठरते. कोणी आपली निंदा केली तर आपल्याला वाईट वाटते. आपण स्वतःच आपला रिमोट इतरांच्या हाती देऊन त्यांच्याकडून ही अपेक्षा बाळगतो की, 'त्यांनी रागाचे नव्हे तर प्रशंसेचे बटन दाबावे.' पण काय झाले पाहिजे? आपला रिमोट कंट्रोल प्रत्येक क्षणी आपल्याच हाती असावा. सभोवतालचे वातावरण, घटना याचा आपल्याला त्रास होऊ नये, आपण नाराज होऊ नये, हेच या पुस्तकाचे उद्दिष्ट आहे. मुख्य लक्ष्य आहे.

आध्यात्मिक स्वास्थ्यासाठी

संपूर्ण ध्यान

ध्यान : ओळख, लाभ, विधी आणि समाधी

Also available in Hindi

पृष्ठसंख्या : २०८ | मूल्य : ₹ १९५

हे पुस्तक एक विशिष्ट पद्धतीचा आविष्कार आहे. यामुळे 'ध्याना'सारख्या जटिल वा कठीण वाटणाऱ्या विषयाचा तळ सहजरीत्या गाठता येईल व आपल्या लक्षात येईल की 'ध्यान' अनाकलनीय नसून स्वतःचे असणे आहे, स्वतःचे अस्तित्व आहे.

या पुस्तकात 'विद्यार्थी ते भक्तापर्यंतच्या' प्रवासाच्या वाटचालीतील ध्यानसंदर्भाशी निगडित प्रश्नांची उत्तरे सरश्रींनी दिली आहेत व ती दोनशे बावीस प्रश्नांद्वारे दिलेल्या उत्तरांच्या स्वरूपात आहेत. 'ध्यान' संदर्भातील लोकांचे प्रश्न, शंकांचे निराकरण करणे, उकल करणे तसेच प्रत्येक साधकाला त्याच्या अवस्थेनुसार उत्तर देणे हा या पुस्तकाचा एकमेव हेतू आहे. ध्यानाच्या बाबतीत निखळलेले दुवे साधण्याचा प्रयत्न यात केला आहे.

आध्यात्मिक उपनिषद

सत्याच्या साक्षीने जन्मलेल्या 24 कथा

Also available in Hindi

पृष्ठसंख्या : १५२ | मूल्य : ₹ १४०

सत्यरूपी एक वाक्यही आपल्या अंतरंगातील कबीरत्व प्रकट करू शकतं... द्रोणाचार्यांची एक मूर्तीही एकलव्यातील तेजाची निर्मिती करू शकते... तसंच एक मनन संकेतसुद्धा आपल्या आयुष्यात परिवर्तन घडवू शकतो... केवळ आपल्यात ग्रहणशीलता आणि मननाद्वारे मोती वेचण्याची कला असायला हवी. आपल्याला जर ही कला साधली नसेल, तर असीम ज्ञानही छिद्र असलेल्या बादलीत भरलेल्या पाण्याप्रमाणे वाहून जाईल. मनुष्य जेव्हा आपल्या चुकांबाबत मनन करून त्यातून बोध प्राप्त करतो, आपल्या कुप्रवृत्तीबाबत मनन करून, ते नष्ट करण्यासाठी कार्यरत राहतो, तेव्हाच तो त्यातून मुक्त होऊ शकतो.

अनायासपणे क्रिया सुरू होऊन मुक्तीची अवस्था प्रकट व्हावी आणि प्रत्येक रहस्याचा उलगडा व्हावा, इतकं आपलं मनन सखोल असायला हवं. हेच उद्दिष्ट सहज सोपं करण्यासाठी प्रस्तुत पुस्तकात काही निवडक प्रेरक कथांसह काही प्रश्नांचंही संकलन केलं आहे.

संपूर्ण स्वास्थ्यासाठी

संपूर्ण लक्ष्य
संपूर्ण विकासाची गुरुकिल्ली

Also available in Hindi

पृष्ठसंख्या : २४४ | मूल्य : ₹ १९५

निसर्गाचे नियम ज्यांना ज्ञात असतात ते आपल्या जीवनात छोटं लक्ष्य कधीच निश्चित करत नाहीत. ते महान, सर्वोच्च लक्ष्य निश्चित करतात. हे लक्ष्य साध्य करण्यासाठी ते सूत्रबद्ध आखणी करतात. संपूर्ण विकासाचा राजमार्ग समजावून घेतात. संपूर्ण विकास म्हणजे शारीरिक, मानसिक, आर्थिक, सामाजिक आणि आध्यात्मिक या सर्वच पैलूंचा विकास. हा संपूर्ण विकासच आपल्याला संपूर्ण आत्मज्ञानाकडे, सर्वोच्च लक्ष्याकडे घेऊन जातो.

हे पुस्तक म्हणजे संपूर्ण विकास साध्य करण्याची गुरुकिल्लीच आहे. एकदा वाचून ठेवून देण्यासाठी हे पुस्तक नाही. प्रत्येक व्यक्तीने सदासर्वकाळ स्वतःजवळ हे पुस्तक बाळगले पाहिजे. रोज त्यातील काही भाग वाचलाच पाहिजे. या पुस्तकाशी संवाद तर साधून बघा... तुमच्या जीवनात अक्षरशः जादूभरे बदल होतील आणि मग साध्य होईल एक गरूडझेप...

संपूर्ण सफलतेचं लक्ष्य
अपूर्व यशाची गुरुकिल्ली

Also available in Hindi

पृष्ठसंख्या : १९२ | मूल्य : ₹ २१०

या पुस्तकाद्वारे सरश्री आपल्याला दर्शन घडवत आहेत 'महासफलतेचं'. मूळ सफलता, मूलभूत सफलता आणि महासफलता या प्रवासात आपल्या जीवनाचा प्रत्येक कोपरा उजळून काढणाऱ्या दिव्य प्रकाशाची प्राप्तीच आपल्याला होणार आहे. हे पुस्तक आपल्याला आयुष्याच्या प्रत्येक पैलूवर काम करून सजगपणे या महासफलतेचा अनुभव घ्यायला शिकवतं. अशक्य वाटणाऱ्या गोष्टी सहज सुलभ करून आपल्या समोरचा मार्ग उजळून टाकतं.

हे पुस्तक वाचायला सुरुवात करणं म्हणजे महासफलतेच्या मार्गावर पहिलं पाऊल टाकणं होय आणि हे पहिलं पाऊलच महत्त्वाचं असतं. पुढचा प्रवास आपोआपच घडत जातो. आपल्या या प्रवासासाठी अनेक शुभेच्छा.

* तेजज्ञान इंटरनेट रेडिओ *

तेजज्ञान इंटरनेट रेडिओद्वारे २४ तास ३६५ दिवस, सरश्रींच्या प्रवचन आणि भजनांचा लाभ घ्या. त्यासाठी पाहा लिंक–
http://www.tejgyan.org/internetradio.aspx

विविध भारती F.M. वर दर रविवारी
सकाळी १०:०५ ते १०:१५ वा.

***नोट :** या कार्यक्रमांच्या वेळेत बदल झाल्यास नोंद ठेवावी.*

www.youtube.com/tejgyan च्या साहाय्यानेदेखील सरश्रींच्या प्रवचनांचा लाभ घेऊ शकता.
For online shoping visit us - www.tejgyan.org, www.gethappythoughts.org

आपणास हवी असलेली पुस्तकं घरपोच मिळण्यासाठी मनीऑर्डर पाठवा.
ही पुस्तकं आमच्या खर्चाने रजिस्टर्ड पोस्ट, कुरिअर आणि व्ही.पी.पी.द्वारे पाठवली जातील. त्यासाठी खालील पत्त्यावर संपर्क साधावा.
वॉव पब्लिशिंग्ज् प्रा. लि.
*रजिस्टर्ड ऑफिस : E-4, वैभव नगर, तपोवनमंदिराजवळ, पिंपरी, पुणे -४११०१७
* पोस्ट बॉक्स नं. ३६, पिंपरी कॉलनी, पोस्ट ऑफिस, पिंपरी-पुणे - ४११०१७
फोन नं. : 09011013210 / 9146285129
आपण पुस्तकांची ऑर्डर ऑनलाईनही देऊ शकता.
लॉग इन करा - www.gethappythoughts.org
५०० रुपयांहून अधिक किमतीची पुस्तकं मागवल्यास १०% सूट मिळेल आणि डिलिव्हरी फ्री.

तेजज्ञान फाउंडेशनच्या मुख्य शाखा

पुणे : (रजिस्टर्ड ऑफिस)
विक्रांत कॉम्प्लेक्स, तपोवन मंदिराजवळ, पिंपरी, पुणे : ४११ ०१७.
फोन : (०२०) २७४१२५७६, २७४११२४०

मनन आश्रम :
सर्व्हे नं. ४३, सणस नगर, नांदोशी गांव, किरकटवाडी फाटा, तालुका : हवेली, जि. पुणे: ४११ ०२४. फोन : ०९९२१००८०६०

e-books
The Source • Complete Meditation • Ultimate Purpose of Success • Enlightenment I Inner Magic • Celebrating Relationships • Essence of Devotion • Master of Siddhartha • Self Encounter and many more.
Also available in Hindi at gethappythoughts.org

Free apps
U R Meditation & Tejgyan Internet Radio on all platforms like Android, iPhone, iPad and Amazon

e-magazines
'Yogya Aarogya' & 'Drushtilakshya'
emagazines available on www.magzter.com

e-mail
mail@tejgyan.com

website
www.tejgyan.org, www.gethappythoughts.org

✽ नम्र निवेदन ✽
विश्वशांतीसाठी लाखो लोक दररोज सकाळी आणि रात्री ९:०९ मिनिटांनी प्रार्थना करत आहेत. कृपया, आपणही यामध्ये सहभागी व्हा.

www.ingramcontent.com/pod-product-compliance
Lightning Source LLC
LaVergne TN
LVHW040153080526
838202LV00042B/3139